VIETNAMESE AS A SECOND LANGUAGE 2

GIÁO TRÌNH TIẾNG VIỆT CHO NGƯỜI NƯỚC NGOÀI

Professor Nguyễn Văn Huệ
Professor Trần Thị Minh Giới
Professor Nguyễn Thị Ngọc Hân
Professor Thạch Ngọc Minh

CARROT HOUSE

Vietnamese as a Second Language 2
GIÁO TRÌNH TIẾNG VIỆT CHO NGƯỜI NƯỚC NGOÀI

All rights reserved. No part of this publication may be reproduced, stored in a retrieval system, or transmitted in any form or by any means without the prior permission in writing of Carrot House.

The rights of the authors and contributors of the first edition of this book to be identified with throughout following editions have been asserted in compliance with Bern Convention and the Universal Copyright Convention.
Editors : Nguyễn Văn Huệ, Trần Thị Minh Giới, Nguyễn Thị Ngọc Hân, Thạch Ngọc Minh
Translations : Gerry Keener, Fiona Brown, Đinh Lư Giang
Illustrations : Nguyễn Phương Hoa

Copyright © 2000 by VNU-HCM Publishing House and author/co-partnership

First Edition © 2017 by Carrot House
ISBN 978-89-6732-255-7

Printed and distributed in Korea
9F, 488 Gangnam St., Gangnam-gu, Seoul 06210, Korea

LỜI NÓI ĐẦU

Giáo trình tiếng Việt cho người nước ngoài 2 (VSL 2) là quyển thứ hai trong bộ sách Giáo trình tiếng Việt cho người nước ngoài (VSL) gồm 4 quyển do tập thể giảng viên Khoa Việt Nam học, thuộc Trường Đại học Khoa học xã hội và Nhân văn – Đại học Quốc gia TP. Hồ Chí Minh biên soạn. Quyển giáo trình này dự kiến sẽ được dạy trong khoảng 160 tiết học.

Quyển Giáo trình tiếng Việt dành cho người nước ngoài 2 gồm có 12 bài học, giới thiệu một số mẫu câu và một số điểm ngữ pháp căn bản của tiếng Việt với khoảng 500 từ ngữ mới thuộc các chủ đề thông thường như mua sắm, nói và nhắn tin qua điện thoại, thuê phòng, du lịch, sở thích... Sau năm bài là một bài ôn tập (Bài 6 và Bài 12) nhằm giúp học viên củng cố lại những kiến thức, kỹ năng đã học. Mỗi bài học đều hướng đến mục đích là làm sao cho người học có thể nói được tiếng Việt một cách thật tự nhiên.

Trong quá trình biên soạn quyển sách này, chúng tôi đã nhận được sự giúp đỡ, góp ý rất nhiệt tình của các bạn đồng nghiệp, của các học viên của Khoa Việt Nam học và tiếng Việt cho người nước ngoài – những người đã vui lòng sử dụng sách này để học tiếng Việt. Nhân đây tập thể các tác giả xin gửi lời cảm ơn chân thành đến các bạn đồng nghiệp, các học viên, đến Ban Biên tập Nhà xuất bản Đại học Quốc gia TP. Hồ Chí Minh, những người đã góp phần không nhỏ cho quyển sách này được hình thành.

Mặc dù đã hết sức cố gắng, nhưng chắc chắn quyển giáo trình này không tránh khỏi những thiếu sót. Chúng tôi rất mong nhận được ý kiến đóng góp của bạn đọc và của các đồng nghiệp để quyển sách này được hoàn chỉnh hơn.

Tập thể tác giả

Foreword

Vietnamese as a Second Language 2 (VSL2) is the second book in a series of four that has been compiled and edited by a group of lecturers from the Faculty of Vietnamese Studies of the University of Social Sciences and Humanities – VNU-Ho Chi Minh City. It is estimated that this book can be mastered in about 160 class hours.

Vietnamese as a Second Language 2 (VSL2) includes 12 lessons which introduce a number of model sentences, a number of written Vietnamese grammar points and about 500 new words. The subject matter relates to common everyday topics such as shopping, communicating on telephone, room renting, tourism, hobbies, etc. After every five lessons there is one review lesson. Lessons 6 and 12 aim to help the student by reinforcing the structures and skills that he or she has learned. The goal of every lesson is to show the learner how to speak Vietnamese in a way that is completely natural.

In the process of editing and preparing this book, we have received enthusiastic help and contributions from our colleagues and students of the Faculty of Vietnamese Studies. The team of authors would like to express their sincere thanks to their colleagues and students and to the Editorial Board of the Publishing House of Vietnam National University – VNU-Ho Chi Minh City. These people have contributed more than a small part for this book to take shape.

While we exerted our best efforts, this book is certainly not free of mistakes. We very much desire to receive suggestions from the readers and our colleagues in order to make this book more complete.

The Authors

MỤC LỤC

Trang

LỜI NÓI ĐẦU (FOREWORD)	4

BÀI 1: ÔNG MUỐN MUA GÌ Ạ?

1 Hội thoại (Dialogue)	10
2 Thực hành nói (Oral practice)	11
3 Từ vựng (Vocabulary)	12
4 Thực hành nghe (Listening comprehension).......................	14
5 Thực hành viết (Written practice)..	15
6 Bài đọc (Text)	18
7 Ghi chú (Notes): cái, con; chứ; hơn; không những ... mà còn	18

BÀI 2: HÔM NAY TRÔNG ANH CÓ VẺ MỆT

1 Hội thoại (Dialogue)	21
2 Thực hành nói (Oral practice)	22
3 Từ vựng (Vocabulary)	23
4 Thực hành nghe (Listening comprehension).......................	24
5 Thực hành viết (Written practice)..	25
6 Bài đọc (Text)	29
7 Ghi chú (Notes): trông; thấy; bị; được; chắc là...................	29

BÀI 3: ANH CÓ NHẮN GÌ KHÔNG Ạ?

1 Hội thoại (Dialogue)	31
2 Thực hành nói (Oral practice)	32
3 Từ vựng (Vocabulary)	34
4 Thực hành nghe (Listening comprehension).......................	35
5 Thực hành viết (Written practice)..	35
6 Bài đọc (Text)	38
7 Ghi chú (Notes): hình như; lại; đã; vì ... nên	39

BÀI 4: ANH ĐÃ ĐI HÀ NỘI BAO GIỜ CHƯA?

1 Hội thoại (Dialogue)	41
2 Thực hành nói (Oral practice)	42
3 Từ vựng (Vocabulary)	45
4 Thực hành nghe (Listening comprehension).......................	46
5 Thực hành viết (Written practice)..	46
6 Bài đọc (Text)..	51
7 Ghi chú (Notes): *thấy; nghe nói; mà; nhỉ;*	
đã ... bao giờ chưa / đã bao giờ ... chưa?	52

BÀI 5: PHÒNG LOẠI MỘT BAO NHIÊU MỘT ĐÊM?

1 Hội thoại (Dialogue) 54
2 Thực hành nói (Oral practice) 55
3 Từ vựng (Vocabulary) 57
4 Thực hành nghe (Listening comprehension) 58
5 Thực hành viết (Written practice) 58
6 Bài đọc (Text) 62
7 Ghi chú (Notes): *thưa; nhờ; tuy ... nhưng; trên / dưới / trong / ngoài* 62

BÀI 6: BÀ ẤY LÀM NGHỀ GÌ Ạ?

1 Hội thoại (Dialogue) 65
2 Thực hành nói (Oral practice) 66
3 Từ vựng (Vocabulary) 67
4 Thực hành nghe (Listening comprehension) 67
5 Thực hành viết (Written practice) 68
6 Bài đọc (Text) 71
7 Ghi chú (Notes): *bị / được; hình như / chắc là / nghe nói; cái / con / chiếc / quyển / bức; vì ... nên / tuy nhưng; không những ... mà còn* 71

BÀI 7: TÔI THÍCH NHÀ NÀY NHƯNG ...

1 Hội thoại (Dialogue) 75
2 Thực hành nói (Oral practice) 76
3 Từ vựng (Vocabulary) 78
4 Thực hành nghe (Listening comprehension) 79
5 Thực hành viết (Written practice) 79
6 Bài đọc (Text) 82
7 Ghi chú (Notes): *các; những; căn / ngôi / toà; thì ... thì* 83

BÀI 8: KHI RẢNH CHỊ THƯỜNG LÀM GÌ?

1 Hội thoại (Dialogue) 85
2 Thực hành nói (Oral practice) 86
3 Từ vựng (Vocabulary) 88
4 Thực hành nghe (Listening comprehension) 88
5 Thực hành viết (Written practice) 89
6 Bài đọc (Text) 92
7 Ghi chú (Notes): *mình; tất cả; cả; càng ... càng* 93

BÀI 9: THẢO THÍCH MỌI THỨ, CHỈ TRỪ ...

1 Hội thoại (Dialogue) 94
2 Thực hành nói (Oral practice) 95

3 Từ vựng (Vocabulary) 98
  4 Thực hành nghe (Listening comprehension)........................ 99
  5 Thực hành viết (Written practice)................................... 99
  6 Bài đọc (Text) 101
  7 Ghi chú (Notes): hãy; chẳng hạn; ngoài ra ... ; trừ................ 102

BÀI 10: TÔI KHÔNG CÒN LÀM Ở ĐÓ NỮA
  1 Hội thoại (Dialogue) 103
  2 Thực hành nói (Oral practice) 104
  3 Từ vựng (Vocabulary) 106
  4 Thực hành nghe (Listening comprehension)........................ 107
  5 Thực hành viết (Written practice)................................... 108
  6 Bài đọc (Text) 111
  7 Ghi chú (Notes): sao; lại; mặc dù... nhưng 112

BÀI 11: ÔNG ẤY LÀ NGƯỜI THẾ NÀO?
  1 Hội thoại (Dialogue) 114
  2 Thực hành nói (Oral practice) 115
  3 Từ vựng (Vocabulary) 116
  4 Thực hành nghe (Listening comprehension)........................ 117
  5 Thực hành viết (Written practice)................................... 118
  6 Bài đọc (Text) 120
  7 Ghi chú (Notes): không những / không gì / không đâu; vừa ... vừa 121

BÀI 12: MẶC DÙ KHÔNG CÓ NHIỀU THỜI GIAN NHƯNG ...
  1 Hội thoại (Dialogue) 122
  2 Thực hành nói (Oral practice) 123
  3 Từ vựng (Vocabulary) 124
  4 Thực hành nghe (Listening comprehension)........................ 124
  5 Thực hành viết (Written practice)................................... 125
  6 Bài đọc (Text) 130
  7 Ghi chú (Notes): các / những; tuy ... nhưng / mặc dù ... nhưng;
    ngoài ra / trừ 131

PHỤ LỤC (APPENDIX)
  1 NỘI DUNG PHẦN NGHE (LISTENING TAPESCRIPT) 133
  2 ĐÁP ÁN 143
  3 TỪ VỰNG VIỆT-ANH (VIETNAMESE-ENGLISH GROSSARY) 168

BÀI 1
ÔNG MUỐN MUA GÌ Ạ?

- Cách nói khi mua sắm
- Danh từ chỉ loại: cái, con
- Trợ từ cuối câu: chứ
- Phó từ: hơn
- Kết cấu: không những ... mà còn ...

1. Hội thoại

Ở một cửa hàng điện tử.

Người bán: Chào ông. Ông muốn mua gì ạ?
Lâm: Tôi muốn mua một cái ti vi.
Người bán: Vâng. Ở đây có nhiều loại ti vi. Ti vi ở cửa hàng chúng tôi không những chất lượng cao mà còn rẻ nữa. Mời ông xem thử ạ.
Lâm: Cái ti vi này bao nhiêu tiền vậy, cô?
Người bán: Dạ, năm triệu đồng. Thời hạn bảo hành là 6 tháng. Năm
Lâm: triệu à? Hơi đắt. Có loại nào rẻ hơn không, cô?
Người bán: Dạ, có chứ ạ. Cái ti vi kia giá chỉ 4 triệu đồng thôi.
Lâm: Nhưng chất lượng của nó thế nào?
Người bán: Dạ, dùng cũng tốt lắm. Tôi mở lên cho ông xem thử nhé.

Dựa vào bài hội thoại, trả lời các câu hỏi sau:

1. Theo người bán, ti vi ở cửa hàng đó như thế nào?
2. Cái ti vi đầu tiên Lâm xem giá bao nhiêu?
3. Lâm có đồng ý mua cái ti vi đó không? Tại sao?
4. Cái ti vi thứ hai Lâm xem giá bao nhiêu?

Bài 1: Ông muốn mua gì ạ?

2. Thực hành nói

2.1 Thay thế những từ màu xanh trong các mẫu câu sau đây bằng các từ cho sẵn bên dưới:

A. Tôi muốn mua một cái ti vi.
  a. bán, máy ảnh
  b. bán, máy vi tính đời cũ
  c. mua, đồng hồ
  d. mua, áo sơ mi màu xanh

B. Mời ông xem thử cái ti vi này.
  a. cô, tủ lạnh
  b. chị, áo dài
  c. ông, máy giặt
  d. anh, máy lạnh

C. Ti vi ở cửa hàng chúng tôi không những chất lượng cao mà còn rẻ nữa.
  a. máy ảnh, rẻ, bền
  b. đồng hồ, đẹp, rẻ
  c. máy giặt, hiện đại, dễ dùng
  d. máy cassette, hiện đại, rẻ

D. Có loại nào rẻ hơn không, cô?
  a. nhỏ, ông
  b. tốt, chị
  c. lớn, anh
  d. mới, bà

2.2 Thực hiện những đoạn hội thoại ngắn bằng cách thay thế những từ màu xanh với các từ cho sẵn bên dưới:

A. A: Cái áo này bao nhiêu tiền vậy, chị?
  B: Dạ, sáu chục ngàn đồng.
   a. con gà, 50 ngàn
   b. con bò, 6 triệu
   c. cái bàn, 300 ngàn
   d. cái quạt máy, 150 ngàn

B. A: Cô thích màu nào?
  B: Màu xanh. Tôi muốn xem thử cái áo xanh kia.
   a. ông, màu đen, cái mũ đen
   b. chị, màu tím, cái áo dài tím
   c. bà, màu trắng, cái tủ lạnh trắng
   d. cô, màu xám, cái quạt máy xám

C. A: Mua cam đi, cô.
  B: Bao nhiêu một chục?
   a. nho, kí
   b. bưởi, trái
   c. chuối, nải
   d. xoài, chục

D. A: Tôi mặc thử được không?
  B: Dạ, được chứ. Xin mời cô mặc thử.
   a. ăn, bà
   b. xem, chị
   c. nghe, anh
   d. uống, ông

Bài 1: Ông muốn mua gì ạ?

2.3 **Hoàn thành các mẫu hội thoại sau** *(dùng từ chứ để nhấn mạnh ý khẳng định hoặc để hỏi lại cho rõ):*

A. *A: Tôi mặc thử cái áo này được không?*

   B: Dạ, được chứ ạ. Xin mời bà mặc thử. (nhấn mạnh ý khẳng định)

B. A: Cà phê này ngon chứ? *(để hỏi lại cho rõ)*

   B: Vâng,..

C. A: Ở đây có bán máy ảnh hiệu Canon không, cô?

   B: ....

D. A: Cô không ....?

   B: Dạ, không ạ. Ở đây chúng tôi không nói thách.

E. A: ....?

   B: Dạ được. Mời ông xem thử ạ.

F. A: Ti vi này có bảo hành không, ông?

   B: Dạ, ...

G. A: Có loại máy giặt nào rẻ hơn không, cô?

   B: Dạ, ...

2.4 Học viên đóng vai người mua và người bán ở tiệm ăn, tiệm cà phê... theo những mẫu câu đã học.

3. Từ vựng

3.1 **Thực tập hỏi và trả lời theo mẫu sau:**

Đây là cái gì? – Đó là cái bàn.
Đây là con gì? – Đó là con gà.

Bài 1: Ông muốn mua gì ạ?

3.2 Nhìn vào hình, hỏi và trả lời:
(chôm chôm, sầu riêng, nhãn, chuối, ổi, măng cụt, bưởi)

- Trái này tiếng Việt gọi là gì?
- Trái này tiếng Việt gọi là xoài.
  Xoài này bao nhiêu một chục?
- Bốn chục ngàn một chục.

15.000 đồng/ kí   20.000 đồng/ kí

30.000 đồng/ kí   12.000 đồng/ kí   6.000 đồng/ nải

5.000 đồng/ kí   20.000 đồng/ chục   15.000 đồng/ trái

3.3 Điền các từ sau đây vào chỗ trống thích hợp:

> nhưng / sau đó / đôi / chợ Bến Thành / quần jean / chục

Hôm qua tôi và chị Mai đi .... Chị Mai mua một chục cam và một kí chôm chôm. Tôi cũng mua một .... cam, ... tôi không mua chôm chôm. ...., chúng tôi đi mua quần áo và giày dép. Tôi mua một .... giày màu trắng, còn chị Mai mua một cái .... màu xanh.

4. Thực hành nghe

4.1 Nghe hội thoại giữa người bán cam và người mua, sau đó trả lời câu hỏi:

1. Người bán nói giá một chục cam là bao nhiêu?
2. Cuối cùng, người bán đồng ý bán một chục cam giá bao nhiêu?
3. Người mua muốn mua mấy chục cam?

4.2 Ở một cửa hàng quần áo. Nghe hội thoại giữa người bán và người mua, sau đó trả lời câu hỏi:

1. Cô gái ấy muốn mua gì?
2. Cô ấy thích màu gì?
3. Cái áo mà cô ấy muốn mua giá bao nhiêu?

Bài 1: Ông muốn mua gì ạ?

5. Thực hành viết

5.1 **Dùng động từ thích hợp để hoàn thành các câu dưới đây:**

> ăn / mặc / xem / nghe / đọc / mang / uống

VD: *Cái ti vi này lạ quá. Tôi xem thử có được không?*

1. Cái áo dài này đẹp quá. Tôi .... thử có được không?
2. Đôi giày này tốt lắm. Anh muốn .... thử không?
3. Cái bánh này ngon lắm. Anh đã .... thử bao giờ chưa?
4. Cà phê này thơm và ngon lắm. Mời các bạn .... thử.
5. Tôi đang rảnh. Tôi muốn .... thử quyển sách này.
6. Bài hát này hay lắm. Chị có muốn .... thử không?

5.2 **Chọn danh từ chỉ loại thích hợp điền vào chỗ trống** *(cái / con)*:

1. .... chó này dễ thương quá.
2. Chị mua .... áo dài này ở đâu vậy?
3. .... tủ lạnh đó hiệu gì?
4. Chị có thấy .... mèo trắng của tôi ở đâu không?
5. Chị mặc thử .... quần jean đó chưa?
6. .... máy vi tính này giá bao nhiêu?
7. Cô ấy mua một .... mũ màu vàng.

Bài 1: Ông muốn mua gì ạ?

5.3 Chọn câu thích hợp, sau đó viết lại vào chỗ trống:

VD: Cô thích màu nào? *Màu xanh hay màu đỏ?* (3)

a. Đôi giày thể thao này hơi lớn.

   ....

b. - Ở đây có áo sơ mi cỡ lớn không?

   - ....

c. - Phòng thử quần áo ở đâu?

   - ....

d. ....
   Mời ông xem thử cái tủ lạnh này.

e. - Chị mua cái áo dài này ở đâu?

   - ....

> 1. Dạ, chỉ còn áo cỡ vừa và nhỏ thôi.
> 2. Ở tiệm Thanh Thủy, gần chợ Bến Thành.
> 3. ~~Màu xanh hay màu đỏ?~~
> 4. Có đôi nào nhỏ hơn không?
> 5. Cửa hàng chúng tôi có nhiều loại tủ lạnh.
> 6. Dạ, phòng thử quần áo ở đàng kia ạ.

5.4 Dùng từ so sánh **hơn** để viết lại các câu sau đây:

VD: Cái ti vi này giá 6 triệu đồng. Cái ti vi kia giá 5 triệu đồng.

--> Cái ti vi này *đắt hơn* cái ti vi kia.

1. Cái máy giặt này giá 4 triệu đồng. Cái máy giặt kia giá 7 triệu đồng.

   --> Cái máy giặt này ....

2. Cái máy lạnh này sản xuất năm 1997. Còn cái máy lạnh kia sản xuất năm 2000.

   --> Cái máy lạnh ....

3. Cái áo này số 8. Cái áo kia số 10.

   --> Cái áo ....

4. Đôi giày này cao 5 phân. Đôi giày kia cao 3 phân.

   --> Đôi giày ....

5. Ti vi này màn hình rộng 19 in (inch). Ti vi kia màn hình rộng 21 in (inch).

   --> Ti vi ....

6. Quyển sách này dày 200 trang. Quyển sách kia dày 156 trang.

   --> Quyển sách ....

Bài 1: Ông muốn mua gì ạ?

5.5 Dùng kết cấu *không những ... mà còn ...* để viết lại các câu dưới đây:

VD: Nam mua ti vi và máy giặt.
--> Nam *không những* mua ti vi *mà còn* mua máy giặt.

1. Xoài này ngon và rẻ.
....

2. Cửa hàng này bán cassette và máy lạnh.
....

3. Đôi giày thể thao đó nhẹ và rất bền.
....

4. Cái máy lạnh này không lạnh và rất hao điện.
....

5. Nhà Lan gần chợ Bến Thành và gần các cửa hàng điện tử lớn.
....

6. Tháng này sầu riêng không ngon và rất đắt.
....

5.6 Viết câu hỏi cho các đoạn hội thoại ngắn sau đây:

1. Tôi ....?
   - Dạ, được chứ. Mời bà mặc thử.

2. Tôi ....?
   - Dạ, được chứ. Mời cô ăn thử.

3. Cam này ....?
   - Ba mươi ngàn một chục.

4. Nho ....?
   - Nho này hai mươi ngàn một kí.

5. Cô ....?
   - Màu trắng. Tôi muốn xem thử cái áo trắng kia.

6. Ông ....?
   - Tôi muốn mua cái quạt máy màu xám kia.

6. Bài đọc

MUA SẮM

Sáng nay tôi và bạn tôi đi mua sắm. Chúng tôi đến tiệm Thanh Thủy. Đó là một tiệm bán quần áo, giày dép lớn ở gần chợ Bến Thành. Bạn có thể mua tất cả các loại quần áo, giày dép ở đấy. Tôi đã chọn mua một cái sơ mi màu xanh và một đôi giày thể thao màu trắng. Còn Lan - bạn tôi - mua một cái quần jean màu xanh, một cái áo khoác màu nâu và một đôi giày cao gót màu đen. Cô ấy còn muốn mua nhiều thứ khác nữa, nhưng không có đủ tiền.

7. Ghi chú

1. Cái, con

(a) Mẹ tôi mua cho tôi hai cái áo mới.
My mother bought me two new shirts.
(b) Cái ti vi này tốt quá.
This television is very good.
(c) Con chó này dễ thương quá.
This dog is very nice.

Danh từ chỉ loại, dùng để chỉ từng đơn vị riêng lẻ. "Cái" thường dùng cho bất động vật; "con" thường dùng cho động vật.
Classifiers are used to indicate separate units. "Cái" is usually used for things, "con" for animals.

Bài 1: Ông muốn mua gì ạ?

2. Chứ

(a) Tôi mặc thử cái áo này được không?
   Dạ, được chứ.
   May I try on this shirt?
   Yes, of course.
(b) Cô trả giá đi chứ!
   Come on, please bargain.
(c) Cô không nói thách chứ?
   You don't say that high price, do you?
(d) Hàng này có bảo hành chứ?
   Does this product have a guarantee on it?

Trợ từ cuối câu, dùng để nhấn mạnh điều vừa khẳng định hay yêu cầu, Vd (a), (b). "Chứ" còn được dùng để tạo câu hỏi nhằm xác định rõ hơn về một điều gì đó, Vd (c), (d).
The sentence-final particle "chứ" is used to emphasize what has just been affirmed or requested, Ex. (a), (b). "Chứ" is also used to form questions in order to determine something more clearly, Ex. (c), (d).

3. Hơn

(a) Cái ti vi này rẻ hơn cái ti vi kia.
   This television is cheaper than that television.
(b) Chất lượng âm thanh của cái cassette này kém hơn của cái cassette kia.
   The sound quality of this cassette player is worse than that one.

Từ biểu thị ý ở mức độ cao hơn cái đưa ra để so sánh, VD (a). Có thể nói "kém hơn" để chỉ mức độ thấp so với cái được đưa ra để so sánh, VD (b).
The word "hơn" indicates a degree higher than what something is compared to, Ex. (a). We can also used "kém hơn" to indicate a degree lower than what something is compared to, Ex. (b)

4. Không những ... mà còn ...

(a) Anh ấy không những mua nhà mà còn mua xe hơi nữa.
He not only bought a house but also a car.
(b) Cô ấy không chỉ thông minh mà còn chăm chỉ nữa.
She is not only intelligent but also diligent.

Kết cấu biểu thị ý nhấn mạnh mức độ nhiều hơn (về số lượng, tính chất) so với một cái chuẩn nào đó, VD (a). Có thể thay bằng "không chỉ... mà còn...", VD (b).
This structure expresses emphatically that a quantity or a nature is higher than usual, Ex. (a). "Không những... mà còn" can be substituted by "không chỉ... mà còn", Ex. (b).

BÀI 2
HÔM NAY TRÔNG ANH CÓ VẺ MỆT.

▶ Cách nói về sức khỏe, bệnh tật
▶ Động từ: *trông, thấy, bị, được*
▶ Tổ hợp: *chắc là*

1. Hội thoại

Ở công ty

Nam: Hôm nay trông anh có vẻ mệt. Chắc là anh bị cảm, phải không?

Dũng: Vâng. Tôi bị cảm từ tối hôm qua.

Nam: Thế à? Anh đã uống thuốc chưa?

Dũng: Rồi. Tôi đã uống hai viên thuốc cảm rồi.

Nam: Bây giờ anh thấy trong người thế nào?

Dũng: Tôi thấy đau đầu quá.

Nam: Vậy, anh nên đi khám bệnh sớm đi!

Dũng: Vâng. Chiều nay được nghỉ, tôi sẽ đi.

Dựa vào bài hội thoại, trả lời các câu hỏi sau:

1. Hôm nay trông Dũng như thế nào?
2. Dũng đã uống thuốc gì?
3. Bây giờ Dũng thấy trong người thế nào?
4. Nam khuyên Dũng làm gì?

2. Thực hành nói

2.1 Thay thế những từ màu xanh trong các mẫu câu sau đây bằng các từ cho sẵn bên dưới:

A. Hôm nay trông anh có vẻ mệt.
   a. chị, khỏe hơn
   b. bà, không được khỏe
   c. cô ấy, buồn ngủ
   d. ông ấy, mệt mỏi

B. Tôi bị cảm từ tối hôm qua.
   a. đau đầu, sáng đến giờ
   b. đau bụng, tối hôm kia
   c. đau răng, tuần trước
   d. ho và sốt, chủ nhật tuần trước

C. Tôi thấy đau đầu quá.
   a. chóng mặt
   b. buồn nôn
   c. đau bụng
   d. khó thở

D. Anh nên đi khám bệnh sớm đi!
   a. ông, ngủ
   b. bà, bệnh viện
   c. chị, chụp X quang
   d. cô, kiểm tra sức khỏe

E. Chiều nay được nghỉ, tôi sẽ đi.
   a. ngày mai, nghỉ học
   b. sáng mai, thầy giáo cho nghỉ
   c. chiều mai, ông giám đốc cho phép
   d. tuần sau, lĩnh lương

2.2 Thực hiện những đoạn hội thoại ngắn bằng cách thay thế những từ màu xanh trong các mẫu câu bằng các từ cho sẵn bên dưới:

A. A: Hôm nay trông anh có vẻ mệt.
       Chắc là anh bị cảm, phải không?
   B: Vâng. Tôi bị cảm từ tối hôm qua.
   a. bệnh, sáng hôm qua
   b. mất ngủ, trưa hôm kia
   c. căng thẳng, ba ngày nay
   d. nhức đầu, khi gặp nó

B. A: Bây giờ anh thấy trong người thế nào?
   B: Tôi thấy đau đầu quá.
   a. ông, hơi khó chịu
   b. bà, buồn nôn
   c. chị, hơi chóng mặt
   d. cô, hơi đau bụng

C. A: Anh đã uống thuốc chưa?
   B: Rồi. Tôi đã uống hai viên thuốc cảm rồi.
   a. bà, thuốc ho
   b. ông, thuốc ngủ
   c. cô, vitamin C
   d. chị, thuốc aspirin

Bài 2: Hôm nay trông anh có vẻ mệt.

3. Từ vựng

3.1 Điền các từ sau đây vào chỗ trống thích hợp:

> phòng khám tư / khám bệnh / bệnh viện /
> bệnh nhân / bác sĩ

Anh Hải là .... Anh ấy làm việc ở bệnh viện Chợ Rẫy. Buổi chiều, sau giờ làm việc ở ...., anh ấy về nhà. Như nhiều bác sĩ khác trong thành phố, anh ấy có .... ở nhà riêng. Có nhiều .... đến phòng khám tư của anh để ....

3.2 Chọn từ thích hợp để hoàn chỉnh các câu dưới đây: (*dễ chịu, kém / dở, nhẹ, muộn, dối / ẩu, khỏe*)

1. Bệnh bà ấy có nặng lắm không? - Không, bà ấy chỉ bệnh .... thôi.

2. Ông bác sĩ này khám bệnh rất kỹ, không khám .... như một số bác sĩ khác.

3. Bà ấy là một bác sĩ giỏi nhưng chồng bà ấy là một bác sĩ ....

4. Thuốc này sẽ giúp bạn không còn thấy khó chịu sau bữa ăn. Bạn sẽ cảm thấy .... ngay.

5. Vừa khỏi bệnh nên trông chị ấy còn yếu lắm, chưa .... ngay được đâu.

6. Phòng mạch của bác sĩ Nam có thể đóng cửa .... hơn nhưng không thể mở cửa sớm hơn được.

3.3 Khoanh tròn những từ không cùng loại:

1. bác sĩ, nha sĩ, bệnh nhân, ho, dược sĩ, đau răng, y tá
2. đau đầu, cảm, đau răng, khám bệnh, viêm họng, uống thuốc, sốt

Bài 2: Hôm nay trông anh có vẻ mệt.

3.4 Tìm và khoanh tròn những từ nói về bệnh tật trong các câu bên dưới:

VD: Hôm qua tôi bị đau bụng.
1. Tại sao nó ho nhiều vậy?
2. Em đang bị cảm, không nên tắm.
3. Nếu con chị bị sốt cao thì chị nên đưa nó đến bệnh viện.
4. Nó đã uống thuốc hai ngày rồi nhưng vẫn chưa hết đau đầu và sổ mũi.
5. Con chị Lan bị đau mắt nên phải nghỉ học.

4. Thực hành nghe

4.1 Nghe đoạn hội thoại giữa người bệnh và bác sĩ, sau đó trả lời câu hỏi:

1. Cô ấy bị bệnh gì?
   a. đau đầu   b. đau bụng
   c. cảm   d. đau đầu và đau bụng

2. Cô ấy bị bệnh từ lúc nào?
   a. sáng hôm qua   b. chiều hôm qua
   c. tối hôm qua   d. sáng nay

3. Bệnh cô ấy thế nào?
   a. nặng   b. rất nặng
   c. nhẹ   d. rất nhẹ

4.2 Nghe đoạn hội thoại giữa Lan và Mai, sau đó trả lời câu hỏi:

1. Mai bị bệnh gì?
2. Cô ấy bị bệnh từ lúc nào?
3. Cô ấy đã uống thuốc gì? Mấy viên?
4. Bây giờ cô ấy thấy trong người thế nào?

Bài 2: Hôm nay trông anh có vẻ mệt.

5. Thực hành viết

5.1 Sắp xếp lại vị trí các từ để thành câu đúng:

1. trong / anh / thấy / người / thế nào ?
   ....

2. anh / không / trông / khỏe / được .
   ....

3. thế nào / rồi / ông ấy / bệnh ?
   ....

4. chị / một chút / nghỉ / đi !
   ....

5. gì / bị / bà ấy / bệnh ?
   ....

6. là / giỏi / bác sĩ / ông ấy / một .
   ....

7. đã uống / bốn / tôi / thuốc cảm / viên / rồi .
   ....

5.2 Đặt từ *bị / được* vào đúng vị trí trong câu:

1. Tôi .... nhức đầu nhưng không .... sốt.

2. Không sao. Cô ấy đã .... uống thuốc rồi.

3. Hôm qua nó .... đi Vũng Tàu. Hôm nay nó .... cảm.

4. Chị Mai .... bệnh. Chị ấy .... nghỉ hai ngày.

5. Nó .... thầy cho nghỉ học vì .... sốt cao.

6. .... tai nạn nên anh ấy phải nằm bệnh viện mất 2 tháng.

7. Đang .... đau đầu nên trông cô ấy không vui.

Bài 2: Hôm nay trông anh có vẻ mệt.

5.3 Chuyển các câu sau đây sang câu diễn đạt ý tiếp thụ, bị động với các động từ *được / bị*:

VD: Bác sĩ Nam khám bệnh cho tôi. --> Tôi *được* bác sĩ Nam khám bệnh.

1. (Tôi bị cảm.) Ông giám đốc cho tôi nghỉ một ngày.

   Tôi được ....

2. (Lan bị đau đầu.) Thầy giáo cho cô ấy về sớm.

   Lan ....

3. (Anh Nam bị bệnh.) Nhiều người đến thăm anh ấy.

   Anh ấy ....

4. Nam đưa con trai bà Hai đến bệnh viện.

   Con trai bà Hai ....

5. Vợ ông ấy thường hỏi ông ấy đi đâu, làm gì, đi với ai.

   Ông ấy thường ....

6. Bác sĩ Hải đã khám bệnh miễn phí cho nhiều bệnh nhân nghèo.

   Nhiều bệnh nhân nghèo đã ....

7. Mẹ cho Hoa uống nhầm thuốc.

   Hoa ....

5.4 Chọn câu thích hợp, sau đó viết lại vào chỗ trống:

VD: *Trông chị không được khỏe* (6). Chị nghỉ một chút đi.

A. a. Trông anh có vẻ hơi mệt.

   .... ( ).b. Bà Hoa bị bệnh nặng.

   .... ( ).

   c. .... ( )
   Bây giờ trông chị ấy khỏe hơn.

   d. Hôm qua tôi làm việc nhiều quá.

   .... ( ).

   e. Nó bị sốt cao và ho nhiều.

   .... ( ).

1. Chị ấy mới uống thuốc.
2. Bây giờ tôi thấy hơi chóng mặt.
3. Có lẽ anh bị cảm rồi.
4. Nhưng nó không muốn đi khám bệnh.
5. Bà ấy phải vào bệnh viện.
6. ~~Trông chị không được khỏe.~~

Bài 2: Hôm nay trông anh có vẻ mệt.

1. Ông bác sĩ ấy làm việc ở đâu?
2. Bệnh của ông ấy thế nào?
3. Bây giờ cô thấy trong người thế nào?
4. Con trai của chị đã hết bệnh chưa?
5. Tại sao hôm qua anh không đi học?

B. a. - .... ( ).
   - Tôi thấy hơi đau bụng.
   b. - .... ( ).
   - Vì tôi bị cảm.
   c. - .... ( ).
   - Ở bệnh viện Nguyễn Trãi.
   d. - .... ( ).
   - Cám ơn chị. Nó hết bệnh rồi.
   e. - .... ( ).
   - Bệnh ông ấy rất nặng.

5.5 Hoàn thành các mẩu đối thoại dưới đây (dùng từ *thấy* trong câu trả lời):

VD: A: Anh thấy trong người thế nào?

B: Tôi *thấy* khó chịu quá.

1. A: Chị đã thấy khỏe chưa?

   B: ....

2. A: Sau khi uống thuốc, anh thấy trong người thế nào?

   B: ....

3. A: Em còn thấy đau bụng nữa không?

   B: ....

4. A: Bà thấy bác sĩ Thu thế nào?

   B: ....

5. A: Chị thấy bệnh viện đó có tốt không?

   B: ....

6. A: Cô thấy chân đỡ đau chưa?

   B: ....

7. A: Em còn thấy chóng mặt không?

   B: ....

Bài 2: Hôm nay trông anh có vẻ mệt.

5.6 Xem các tình huống dưới đây. Dùng từ *chắc là* trong câu để biểu thị ý phán đoán điều gì đó rất có thể xảy ra.

    VD: Hôm nay trông ông giám đốc có vẻ khó chịu.

    --> *Chắc là* ông ấy bị mệt vì công việc quá nhiều.

1. Sáng nay trông cô Lan có vẻ hơi buồn.

   ....

2. Hôm nay trông anh Nam có vẻ lo lắng.

   ....

3. Hôm nay trông bà Tám có vẻ mệt mỏi.

   ....

4. Trông ông ấy to, khỏe nhưng thường đi bệnh viện.

   ....

5. Trông nó có vẻ khỏe mạnh hơn trước.

   ....

6. Trông bà ấy xanh quá.

   ....

5.7 Trả lời các câu hỏi dưới đây:

1. Khi ngồi làm việc với máy tính lâu, bạn thấy thế nào?

   ....

2. Bạn có thường bị cảm không?

   ....

3. Khi bị cảm, bạn thường làm gì?

   ....

4. Khi thức khuya, bạn có thấy đau đầu không?

   ....

5. Theo bạn, chúng ta nên làm gì để có sức khỏe tốt?

   ....

6. Khi thấy trong người không khỏe, bạn có thường đi khám bác sĩ không?

   ....

Bài 2: Hôm nay trông anh có vẻ mệt.

6. Bài đọc

Ông Ba là nông dân. Năm nay ông ấy
70 tuổi nhưng trông ông còn rất khỏe.
Ông làm việc nhiều, ăn nhiều và ngủ ngon.
Ông uống rượu, hút thuốc nhưng không nhiều.
Từ nhỏ đến lớn, ông ít khi phải đi khám bác sĩ.
Khi bị cảm, đau đầu hay đau bụng, ông đến nhà
của một y tá gần nhà mua thuốc về uống.

7. Ghi chú

1. Trông

(a) Ông ấy trông rất khỏe.
    He looks very strong / healthy.
(b) Trông anh có vẻ mệt.
    You look tired.

Động từ, có nghĩa "nhận thấy bằng mắt", thường được dùng để nói về biểu hiện bên ngoài của người, vật... "Trông" thường dùng với "có vẻ".

"Trông" is a verb, meaning "to recognize by sight". It is usually used to talk about the appearance of people or things.
"Trông" usually goes with "có vẻ".

2. Thấy

(a) Anh thấy trong người thế nào?
    How do you feel?
(b) Tôi thấy đau bụng.
    I have a stomach-ache.

Động từ, ở đây có ý nghĩa là có cảm giác, cảm thấy.
"Thấy" is a verb, in this case indicating sensing or feeling.

3. Bị

(a) Tôi bị cảm.
    I have a cold.
(b) Anh ấy bị cảnh sát phạt.
    He is fined by the police.

Động từ, biểu thị ý chủ thể chịu sự tác động của việc không hay, không có lợi.
"Bị" is a verb, expressing the idea that the subject suffers the effects of a negative or unfavorable thing.

4. Được

(a) Tuần sau tôi được nghỉ học.
    Next week I have a break from school.
(b) Nó được mẹ cho tiền.
    He is given money by his mother.

Động từ, biểu thị ý chủ thể tiếp nhận/hưởng cái gì đó tốt (theo đánh giá của người nói).
"Được" is a verb, expressing the idea of receiving or enjoying something which is considered good by the speaker.

5. Chắc là

(a) Anh ho nhiều quá. Chắc là anh bị cảm, phải không?
    You are coughing a lot. You must have a cold, right?
(b) Nhanh lên. Chắc là mọi người đang đợi chúng ta.
    Hurry up! They are probably waiting for us.

Kết cấu dùng để biểu thị ý phán đoán điều gì đó rất có thể xảy ra.
This construction is used to express the speakers judgment of what is likely to be the situation, or of what might happen.

BÀI 3
ANH CÓ NHẮN GÌ KHÔNG Ạ?

▶ Cách nói / nhắn tin qua điện thoại
▶ Tổ hợp biểu thị ý phỏng đoán: *hình như*
▶ Phó từ: *lại, đã*
▶ Kết cấu: *vì... nên...*

1. Hội thoại

1.1 Dũng gọi điện thoại đến Công ty Du lịch Sài Gòn.

Thư ký:	A lô, Công ty Du lịch Sài Gòn xin nghe.
Dũng:	Dạ, cô làm ơn cho tôi nói chuyện với cô Thu Thủy.
Thư ký:	Vâng, xin anh đợi một chút... A lô, Thu Thủy không có ở đây. Hình như cô ấy đi ra ngoài rồi. Anh có nhắn gì không ạ?
Dũng:	Xin lỗi. Xin cô nói lại một lần nữa.
Thư ký:	Anh-có-nhắn-gì-không?
Dũng:	Dạ, dạ, có. Cô làm ơn nói với cô Thu Thủy là vì bận nên chiều nay tôi không đến gặp cô ấy được.
Thư ký:	Vâng, tôi sẽ nhắn lại. Còn gì nữa không ạ? Dạ,
Dũng:	không. Cảm ơn cô nhiều.
Thư ký:	Nhưng mà anh tên gì ? A lô... , A lô...

Dựa vào bài hội thoại, trả lời các câu hỏi sau:

1. Dũng gọi điện đến đâu?
2. Dũng muốn nói chuyện với ai?
3. Dũng có nhắn gì không?
4. Cô thư ký có biết tên của Dũng không? Tại sao?

1.2 **Chi gọi điện thoại cho Thu Thủy.**

Chi: A lô, làm ơn cho tôi nói chuyện với Thu Thủy.
Thu Thủy: Thu Thủy đây. Xin lỗi, ai gọi đấy ạ?
Chi: Chi đây.
Thu Thủy: À, Chi đó hả? Khỏe không?
Chi: Khỏe. Chiều nay Thủy rảnh chứ?
Thu Thủy: Để mình xem lại đã. Có gì không, Chi?
Chi: Mình muốn rủ Thủy chiều nay đi xem phim.
Thu Thủy: Ừ, đi cũng được. Mấy giờ? Ở đâu?
Chi: Năm giờ rưỡi. Ở rạp Rex.
Thu Thủy: Năm–giờ–rưỡi. Ở–rạp–Rex.
Chi: Ừ. Thôi, chào nhé. Chiều nay gặp lại. Nhớ đến đúng giờ nhé.
Thu Thủy: Ừ. Chiều nay gặp lại.

Dựa vào bài hội thoại, trả lời các câu hỏi sau:

1. Chi gọi điện cho Thu Thủy để làm gì?
2. Thu Thủy có trả lời ngay câu hỏi của Chi không?
3. Họ sẽ gặp nhau ở đâu? Lúc mấy giờ?

2. Thực hành nói

2.1 Thay thế những từ màu xanh trong các mẫu câu sau đây bằng các từ cho sẵn bên dưới:

1. A lô, làm ơn cho tôi nói chuyện với Thu Thủy.
   a. anh Nam
   b. bác sĩ Hải
   c. ông giám đốc công ty
   d. người quản lý khách sạn

2. A lô, Công ty Du lịch Sài Gòn xin nghe.
   a. Công ty Xây dựng
   b. Bệnh viện Nguyễn Trãi
   c. Khách sạn Sài Gòn
   d. Khoa Việt Nam học

3. Cô làm ơn cho tôi nói chuyện với cô Thu Thủy.
   a. anh, chị Mai
   b. chị, ông giám đốc công ty
   c. bà, giáo sư Lâm
   d. ông, bác sĩ Hải

4. Hình như cô ấy vừa mới đi ra ngoài.
   a. chị ấy, đến đây
   b. bà ấy, về đến nhà
   c. anh ấy, gọi điện thoại cho chị
   d. cô Lan, gọi điện thoại cho anh

Bài 3: Anh có nhắn gì không ạ?

5. Vì bận nên chiều nay tôi không đến gặp cô ấy được.
 a. mệt, anh ấy không đi làm việc được
 b. bị cảm, bà ấy không đến đây được
 c. phải làm việc, cô ấy không gặp anh được
 d. không có tiền, anh ấy không đi xem phim được

6. Để mình xem lại đã.
 a. tôi, nghỉ một chút
 b. chị ấy, suy nghĩ
 c. cô ấy, học bài xong
 d. ông ấy, làm việc xong

2.2 Thực hiện những đoạn hội thoại ngắn bằng cách thay thế những từ màu xanh trong các mẫu câu bằng các từ cho sẵn bên dưới:

1. A: A lô, Công ty Du lịch Sài Gòn nghe đây.
 B: Dạ, cô làm ơn cho tôi nói chuyện với cô Thu Thủy.
  a. Bệnh viện Nguyễn Trãi, bác sĩ Hải
  b. Khách sạn Sài Gòn, ông Nam, phòng 203
  c. Bưu điện Thành phố, ông giám đốc
  d. Công ty Bến Thành, bà Lan

2. A: Hình như cô ấy vừa mới đi ra ngoài. Anh có nhắn gì không ạ?
 B: Cô làm ơn nói với cô ấy là vì bận nên chiều nay tôi không đến gặp cô ấy được.
  a. chị ấy, không đi họp được
  b. ông ấy, sẽ đến công ty lúc 3 giờ
  c. anh Nam, sẽ về sớm
  d. anh ấy, không đi uống bia với anh ấy được

3. A: Chiều nay Thủy rảnh chứ?
 B: Để mình xem lại đã.
  a. đi học, suy nghĩ
  b. đi họp, hỏi lại
  c. về nhà sớm, xin phép ông giám đốc
  d. đi chơi với chúng tôi, xem lại lịch làm việc

4. A: Xin lỗi, có phải Công ty Du lịch Sài Gòn đấy không ạ?
 B: Dạ, không phải. Chị nhầm số rồi. Đây là nhà riêng.
  a. Khách sạn Sài Gòn, trường đại học
  b. Bệnh viện Nguyễn Trãi, trường trung học Nguyễn Trãi
  c. Khoa Đông Phương học, Khoa Việt Nam học
  d. nhà cô Lan, Bưu điện Thành phố

Bài 3: Anh có nhắn gì không ạ?

2.3 Học viên thực tập gọi điện thoại theo các tình huống như gọi đến nhà bạn, gọi đến công ty ...

3. Từ vựng

3.1 Điền các từ sau đây vào chỗ trống thích hợp:

> công cộng / thẻ điện thoại / gọi / riêng

Ở Thành phố Hồ Chí Minh, việc liên lạc bằng điện thoại khá tiện lợi. Nếu muốn gọi điện thoại mà bạn không có điện thoại .... thì bạn có thể .... ở Bưu điện Thành phố, ở các nhà bưu điện khu vực hay ở các điểm điện thoại .... Nếu muốn gọi điện thoại ở các trạm điện thoại công cộng bạn cần phải có thẻ điện thoại. Bạn có thể mua .... ở bưu điện, ở một số nhà sách hay quầy sách báo.

3.2 Khoanh tròn những từ không cùng loại:

1. giải đáp, thẻ điện thoại, nhắn tin, gọi, nhắn
2. điện thoại di động, bưu điện, điện thoại công cộng, trả lời

Bài 3: Anh có nhắn gì không ạ?

4. Thực hành nghe

4.1 Park gọi điện thoại đến Khoa Việt Nam học. Nghe cuộc nói chuyện giữa anh ấy và cô thư ký, sau đó trả lời câu hỏi:

1. Park có biết số điện thoại của thầy Nam không?
2. Park muốn gọi điện thoại cho thầy Nam để làm gì?
3. Điện thoại của thầy Nam số mấy?

4.2 Nghe cuộc nói chuyện qua điện thoại giữa một người đàn ông và nhân viên tiếp tân khách sạn, sau đó trả lời câu hỏi:

1. Ông ấy gọi điện đến khách sạn nào?
2. Ông ấy muốn nói chuyện với ai?
3. Ông ấy có nhắn gì không?

5. Thực hành viết

5.1 Chọn câu thích hợp, sau đó viết lại vào chỗ trống:

VD: - *A lô, Khoa Việt Nam học nghe đây.*
    - *Dạ, cô làm ơn cho gặp cô Mai. (2).*

a. - ………………………………… ( ).
   - Dạ không. Cám ơn cô.

b. - Ông Phú có ở đó không ạ?
   - ……………………………………… ( ).

c. - Xin lỗi, chị cần gì ạ?
   - ……………………………………… ( ).

d. ………………………………………… ( ).
   Xin cô làm ơn nói lại một lần nữa

e. ………………………………………… ( ).
   Xin lỗi, ai gọi đấy ạ?

1. Dạ, ông ấy vừa mới đi ra ngoài.
2. ~~Dạ, cô làm ơn cho gặp cô Mai.~~
3. A lô, tôi nghe không rõ.
4. Dạ, phải. Tôi là Nam đây.
5. Anh có nhắn gì không ạ?
6. Xin cho tôi gọi nhờ điện thoại một chút.

5.2 **Sắp xếp lại trật tự từ để thành câu đúng:**

VD: Cô làm ơn nhắn với cô Thủy / anh Hưng / là / muốn / gặp cô ấy.
--> *Cô làm ơn nhắn với cô Thủy là anh Hưng muốn gặp cô ấy.*

1. hình như / mới / cô ấy / đi / ra ngoài .

   ....

2. có / lúc nãy / cho / ai / gọi / tôi / không ?

   ....

3. giờ này / có / anh ấy / ở nhà / có lẽ .

   ....

4. cô / cho tôi / làm ơn / nói chuyện / phòng 309 / với ông Bình .

   ....

5. không ai / chuông điện thoại / nhưng / reng nhiều lần / nhấc máy .

   ....

5.3 **Hoàn thành các câu sau:**

1. Lúc nãy có người gọi điện thoại cho chị nhưng không nói tên gì.

   Hình như anh ấy là ....

2. Hôm qua tôi gọi điện cho anh ấy hơn một chục lần nhưng không lần nào gặp.

   Hình như anh ấy không ....

3. Tháng này tôi gọi rất ít nhưng tiền cước điện thoại rất cao.

   Hình như có ai đó ....

4. Tôi đã gọi điện đến công ty ấy ba lần rồi nhưng không ai trả lời.

   Hình như không ....

5. Hình như thẻ điện thoại này ....

6. Chị đã gọi cho John chưa? Hình như ....

Bài 3: Anh có nhắn gì không ạ?

5.4 **Dùng kết cấu** *vì... nên...* **để nối các câu dưới đây:**

VD: *Tôi không muốn đi chơi. Tôi mệt.* --> *Vì mệt nên tôi không muốn đi chơi.*

1. Tôi gọi cho anh không được. Tôi ghi nhầm số.
   ....

2. Chị Thu phải gọi lại nhiều lần. Đường dây bị bận.
   ....

3. Điện thoại nhà tôi bị cắt. Tôi chưa thanh toán cước phí điện thoại.
   ....

4. Anh ấy phải đến bưu điện. Thẻ điện thoại này chỉ gọi được trong nước thôi.
   ....

5. Nó gọi điện thoại quốc tế nhiều quá. Tháng này nó phải trả hơn hai triệu đồng tiền cước phí điện thoại.
   ....

6. Phước gọi điện báo là không đến được. Anh ấy bị bệnh.
   ....

5.5 **Dùng từ** *lại* **để viết lại các câu dưới đây:**

VD: *Tôi sẽ gọi cho cô ấy một lần nữa.* --> *Tôi sẽ gọi lại cho cô ấy.*

Cô làm ơn đọc số điện thoại của anh ấy một lần nữa.
1. ....

Ông ấy mới đi ra ngoài à? Năm phút sau tôi sẽ gọi một lần nữa.
2. ....

Điện thoại nhà tôi chưa gọi được. Xin các anh đến kiểm tra một lần nữa.
3. ....

Tôi sẽ nói chuyện với ông ấy một lần nữa.
4. ....

Anh xem tin nhắn trong điện thoại một lần nữa đi.
5. ....

Phải đến công ty điện thoại ký hợp đồng một lần nữa à?
6. ....

6. Bài đọc

BƯU ĐIỆN THÀNH PHỐ HỒ CHÍ MINH

Hiện nay, Bưu điện Thành phố Hồ Chí Minh có nhiều dịch vụ như: dịch vụ nhắn tin, dịch vụ điện thoại di động, dịch vụ giải đáp v.v... Nếu bạn quên số điện thoại của cơ quan, công ty hay cá nhân, bạn có thể gọi số máy 116. Còn nếu bạn muốn biết những thông tin về văn hóa, thể thao, về giá cả các mặt hàng thiết yếu, giá vé máy bay, giá vé xe lửa, các chuyến bay đi và đến, tỉ giá hối đoái v.v... thì bạn có thể hỏi số máy 1080. Ở đó, họ sẽ giải đáp cho bạn 24/24.

Sau đây là một vài số điện thoại cần thiết khác:

113: Công an

114: Cứu hỏa

115: Cấp cứu

Ngoài ra, còn có các hộp thư trả lời tự động sau đây:

8011101: Dự báo thời tiết

8011108: Tỷ giá hối đoái, giá vàng

8011141: Tin thể thao

7. Ghi chú

1. Hình như

(a) Hình như ông ấy đi về nhà rồi.
   It seems that he has gone home already.
(b) Cô ấy hình như không muốn gặp tôi.
   It seems that she may not want to see me.

Tổ hợp biểu thị ý phỏng đoán một cách dè dặt.
This compound word is used to express cautious estimation or a conclusion based on some evidence that is seen, heard, felt, tasted, etc.

2. Lại

(a) Xin cô nhắc lại một lần nữa.
   Will you repeat that one more time, please?
(b) Tôi sẽ gọi lại sau.
   I will call back later.

Phó từ, dùng sau động từ, biểu thị sự lặp lại, tái diễn của một hành động.
"Lại" is an adverb, placed after the verb, to express repetition of an action.

3. Đã

(a) Để tôi xem lại chương trình làm việc đã, rồi sẽ gọi điện báo cho chị sau.
   Let me check the schedule again first, then I will call to inform you later.
(b) Còn sớm. Anh ở lại chơi một chút nữa đã, rồi hãy về.
   It is still early. Stay here a little longer, then go home.

Phó từ, thường dùng ở cuối câu cầu khiến, biểu thị việc vừa được nói đến cần được hoàn thành trước khi làm việc khác.
"Đã" is an adverb, usually used at the end of a clause, to indicate that the action just mentioned will be completed before doing another action.

4. Vì... nên...

(a) Vì bận họp nên tôi đã không gọi điện cho anh được.
Because I was busy in a meeting, I couldn't call you.
(b) Vì gọi điện thoại quốc tế nhiều nên tháng này anh ấy phải trả gần một triệu đồng
Because he has many international calls, he has to pay nearly one million dong for this month's bill.

Kết cấu biểu thị quan hệ nhân-quả. Phần đi sau "vì" là nguyên nhân hay lý do của điều được nói đến. Còn phần đi sau "nên" là kết quả có được.
This construction indicates a "cause and effect" relationship. The part following "vì" is the cause or the reason. The part following "nên" introduces the effect.

BÀI 4
ANH ĐÃ ĐI HÀ NỘI BAO GIỜ CHƯA?

▶ Cách nói về việc tham quan, du lịch
▶ Động từ: *thấy*
▶ Tổ hợp: *nghe nói*
▶ Liên từ: *mà*
▶ Trợ từ: *nhỉ*
▶ Kết cấu: *đã... bao giờ chưa?*

1. Hội thoại

1.1 Tom muốn đi du lịch Hà Nội

Tom: Anh đã đi Hà Nội bao giờ chưa?
Dũng: Rồi. Tôi đã đi Hà Nội hai lần rồi.
Tom: Hai lần rồi à? Anh thấy Hà Nội thế nào?
Dũng: Đẹp lắm. Hà Nội có nhiều hồ lớn như Hồ Gươm, Hồ Tây... và nhiều di tích văn hóa, lịch sử. Còn anh, anh đã đi Hà Nội bao giờ chưa?
Tom: Chưa. Tôi chưa bao giờ đi Hà Nội. Tôi rất muốn đi nhưng chưa có dịp. Nếu rảnh, có lẽ tháng sau tôi sẽ đi.
Dũng: Nếu anh đi Hà Nội, tôi sẽ giới thiệu anh với một người quen.
Tom: Ồ, hay quá. Ai vậy?
Dũng: Nhân viên một công ty du lịch.
Tom: Cô ấy... chắc là đẹp lắm, phải không?
Dũng: Không, không phải cô ấy, mà là anh ấy. Anh ấy dễ thương lắm. Anh ấy sẽ hướng dẫn anh tham quan một số thắng cảnh ở Hà Nội.

Dựa vào bài hội thoại, trả lời các câu hỏi sau:

1. Dũng đã đi Hà Nội bao giờ chưa?
2. Ở Hà Nội có những hồ nào?
3. Tom định bao giờ đi Hà Nội?
4. Dũng định giới thiệu ai cho Tom khi anh ấy đến Hà Nội?
5. Người quen của Dũng làm nghề gì?

1.2 Mary chuẩn bị đi du lịch ở Lào.

Mai: Nghe nói chị sắp đi du lịch, phải không?
Mary: Vâng. Thứ bảy tuần sau tôi sẽ đi Lào.
Mai: Ồ, thích quá nhỉ! Thế, chị định đi bằng phương tiện gì?
Mary: Bằng xe lửa và bằng ô tô. Từ Thành phố Hồ Chí Minh ra Huế, tôi sẽ đi bằng xe lửa. Đoạn đường từ Huế đến Lào tôi sẽ đi bằng ô tô.
Mai: Nghe nói là ở bên Lào có nhiều chùa đẹp lắm. Chị định ở đấy bao lâu, chị Mary?
Mary: Khoảng hai tuần.
Mai: Chúc chị đi du lịch vui.

Dựa vào bài hội thoại, trả lời các câu hỏi sau:

1. Mary định đi du lịch ở đâu?
2. Bao giờ Mary bắt đầu đi du lịch?
3. Mary sẽ đi bằng phương tiện gì?
4. Mary sẽ đi du lịch ở Lào trong bao lâu?

2. Thực hành nói

2.1 Thay thế những từ màu xanh trong các mẫu câu sau đây bằng các từ cho sẵn bên dưới:

A. Anh đã đi Hà Nội bao giờ chưa?
  a. chị, đi Nha Trang
  b. bà, đi chùa Hương
  c. ông, đến đấy
  d. cô, gặp người đàn ông đó

B. Rồi. Tôi đã đi Hà Nội hai lần rồi.
  a. cô ấy, đi Huế
  b. chị ấy, đi du lịch nước ngoài
  c. ông ấy, đi Hà Nội thăm bà con
  d. em trai tôi, đến công ty ấy

Bài 4: Anh đã đi Hà Nội bao giờ chưa?

C. Chưa. Tôi chưa bao giờ đi Hà Nội.
   a. ông ấy, đi Hội An
   b. chúng tôi, đi Đồng bằng sông Cửu Long
   c. cô ấy, đi du lịch một mình
   d. bà ấy, đi bằng tàu thủy

D. Anh thấy Hà Nội thế nào?
   a. chị, thành phố này
   b. anh, công viên này
   c. các anh, bãi biển này
   d. các bạn, khách sạn này

E. Không, không phải cô ấy mà là anh ấy.
   a. tôi, anh trai tôi
   b. ông giám đốc, ông bảo vệ
   c. giá vé cao, cách phục vụ không tốt
   d. xe lửa, xe điện

F. Nghe nói là ở bên Lào có nhiều chùa đẹp lắm.
   a. Hà Nội, hồ rất lớn
   b. Vũng Tàu, bãi biển rất đẹp
   c. Đà Lạt, loại hoa rất lạ
   d. Chợ Lớn, chùa của người Hoa

2.2 Thực hiện những đoạn hội thoại ngắn bằng cách thay thế những từ màu xanh trong các mẫu câu bằng các từ cho sẵn bên dưới:

A. Anh đã đi Hà Nội bao giờ chưa?
   - Rồi. Tôi đã đi Hà Nội hai lần rồi.
   a. chị, đi Hội An, nhiều lần
   b. ông, đến Huế, một lần
   c. bà, đi nước ngoài, ba lần
   d. anh, đến nhà cô ấy, nhiều lần

B. Anh đã đi máy bay bao giờ chưa?
   - Chưa. Tôi chưa bao giờ đi máy bay cả.
   a. chị, đi tàu thủy
   b. bà, đi xe điện ngầm
   c. cô, đến Đồng bằng sông Cửu Long
   d. ông, đến viện bảo tàng ấy

C. Anh thấy Hà Nội thế nào?
   - Tôi thấy Hà Nội rất đẹp.
   a. Thành phố Hồ Chí Minh, ô nhiễm quá
   b. khách sạn này, phục vụ rất tốt
   c. khu nghỉ mát ở đây, thật tuyệt vời
   d. phòng này, hơi nhỏ

D. Nghe nói chị sắp đi du lịch, phải không?
   - Vâng. Thứ bảy tuần sau tôi sẽ đi Lào.
   a. sắp đi nghỉ mát, thứ năm tuần này, sẽ đi Vũng Tàu
   b. đi Hội An rồi, hè năm ngoái, đã đến đấy
   c. đến đảo Phú Quốc rồi, tháng 8 năm ngoái, đã đến đấy
   d. sắp về nước, cuối năm nay, sẽ về nước

E. Cô ấy là sinh viên, phải không?
   - Không, cô ấy không phải là sinh viên mà là giáo viên.
   a. anh ấy, bác sĩ, bệnh nhân
   b. người đàn ông đó, bảo vệ, giám đốc
   c. cô gái ấy, ca sĩ, khán giả
   d. anh sinh viên ấy, người Mỹ, người Đức

2.3 Thực tập hỏi và trả lời các câu hỏi dưới đây:

1. Lần đầu tiên bạn đến Thành phố Hồ Chí Minh là bao giờ?
2. Bạn đã đi Nha Trang bao giờ chưa?
3. Ở Việt Nam bạn thích đi du lịch ở đâu nhất?
4. Bao giờ bạn về nước?
5. Bạn thấy Thành phố Hồ Chí Minh thế nào?

2.4 Kể lại chuyến bay đến Việt Nam lần đầu tiên của bạn.

(Xin visa, mua vé máy bay như thế nào? Số chuyến bay? Cách phục vụ trên máy bay? Thời tiết ở sân bay ? . . .)

2.5 Bạn sẽ nói gì trong những trường hợp dưới đây? Dùng từ *nhỉ* ở cuối câu để bộc lộ mong muốn nhận được sự tán đồng của người nghe.

1. Bạn thấy cảnh ở Hạ Long rất đẹp. Bạn nói với Cúc:

    --> *Cảnh ở Hạ Long đẹp nhỉ?*

2. Bạn thấy mưa ở Huế kéo dài quá lâu. Bạn nói với Linda:

    ....?

3. Sau khi đi Nha Trang về, bạn thấy Nha Trang dạo này quá nóng. Bạn nói với Thu:

    ....?

4. Gia đình bạn chờ ở sân bay quá lâu mà máy bay vẫn chưa đến. Bạn nói với bố:

    Sao ....?

5. Sau khi xem một số quảng cáo về chương trình du lịch ở Thái Lan, bạn thấy giá vé khá rẻ so với trước. Bạn nói với một người bạn:

    ....?

Bài 4: Anh đã đi Hà Nội bao giờ chưa?

3. Từ vựng

3.1 Điền các từ sau đây vào chỗ trống thích hợp:

> nghỉ mát / cao nguyên / nổi tiếng / nơi du lịch / đông bắc

Đà Lạt là một thành phố du lịch .... của Việt Nam. Năm 1893, Yersin - một bác sĩ người Pháp - đã tìm ra .... lý tưởng này. Đà Lạt ở độ cao 1500 mét so với mực nước biển, trên .... Lâm Viên, cách Thành phố Hồ Chí Minh khoảng 300 km về hướng ....

Đà Lạt có rất nhiều hoa. Người ta thường nói rằng khí hậu Đà Lạt giống mùa thu nước Pháp. Đà Lạt là một nơi .... tuyệt vời.

3.2 Đánh dấu những từ không cùng loại.

1. máy bay, xe lửa, vé, xe điện, xe buýt, ô tô, tàu thủy, chuyến bay
2. tham quan, thân thiện, hướng dẫn, dịch vụ, giới thiệu, thăm, phục vụ, tắm biển
3. sân bay, chùa, bãi biển, dễ thương, công viên, nổi tiếng, viện bảo tàng, nhà thờ

4. Thực hành nghe

4.1 Nghe cuộc nói chuyện giữa John và Lâm, sau đó trả lời các câu hỏi:

1. Quê nội Lâm ở đâu?
2. John đã đi Huế bao giờ chưa?
3. Ở Huế có gì?
4. John định bao giờ đi Huế?
5. Nếu John đến Huế, Lâm sẽ giới thiệu ai cho John?

4.2 Nghe cuộc nói chuyện giữa Thanh và Xuân, sau đó trả lời các câu hỏi:

1. Xuân sắp đi du lịch ở đâu?
2. Cô ấy sẽ ở đó bao lâu?
3. Tại sao cô ấy không ở đó lâu hơn?
4. Tại sao Thanh chưa đi du lịch ở Thái Lan?
5. Chồng cô ấy muốn đi du lịch ở đâu?

5. Thực hành viết

5.1 Dùng từ *mà* để viết lại các câu sau *(có thể bỏ bớt một vài từ trong câu)*:

1. Anh đã đi Huế hai lần. Anh chưa biết chợ Đông Ba ở đâu à?

   --> *Anh đã đi Huế hai lần mà chưa biết chợ Đông Ba ở đâu à?*

2. Đến giờ ra sân bay rồi. Hà chưa chuẩn bị xong hành lý.

   ....

3. Anh đã đi tắm biển nhiều lần. Anh không biết bơi à?

   ....

4. Không phải Tân là hướng dẫn viên du lịch. Vân là hướng dẫn viên du lịch.

   ....

5. Nhóm khách du lịch này không đi đến Huế. Họ chỉ đến thăm Hội An thôi.

   ....

Bài 4: Anh đã đi Hà Nội bao giờ chưa?

6. Anh ấy không thích đi du lịch. Anh ấy chỉ thích ở nhà đọc sách.
   ....

7. Phòng của anh không phải số 204. Phòng của anh số 402.
   ....

5.2 Sắp xếp lại vị trí các từ để thành câu đúng:

VD: thấy / tôi / bất tiện / ở đây / quá. --> *Tôi thấy ở đây bất tiện quá.*

1. thấy / chị / phong cảnh / đẹp / ở đây / có / không?
   ....

2. bằng xe lửa / đi / thấy / chúng tôi / thú vị / hơn .
   ....

3. chúng tôi / người dân / thấy / ở đây / rất thân thiện .
   ....

4. tôi / đi du lịch / tiện hơn / thấy / bằng máy bay .
   ....

5. thời tiết / tôi / hôm nay / dễ chịu / thấy / rất .
   ....

6. thấy / anh / thế nào / này / khu du lịch ?
   ....

5.3 Dùng *Tôi thấy ...* trong câu để cho biết ý kiến của bạn về:

1. bãi biển ở Vũng Tàu
   ....
   ....

2. một điểm du lịch ở Việt Nam mà bạn đã đến
   ....
   ....

3. người Việt Nam
   ....

4. áo dài Việt Nam

   ....

   ....

5. món ăn Việt Nam

   ....

   ....

6. lớp học tiếng Việt của bạn

   ....

   ....

5.4 **Dùng kết cấu nghi vấn** *... đã ... bao giờ chưa?* **để chuyển các câu dưới đây thành câu hỏi:**

VD : Hè năm ngoái anh Tom đã di Hà Nội.
--> *Anh ấy đã đi Hà Nội bao giờ chưa?*

1. Anh Nam đã đi Hà Nội bằng xe máy.

   .... ?

2. Chị Mai đã đi du lịch nước ngoài một lần.

   .... ?

3. Tuần trước anh Tom đã đi tham quan Củ Chi.

   .... ?

4. Mùa hè vừa rồi, ông Hùng đi du lịch ở Trung Quốc.

   .... ?

5. Ông Lâm đã nghỉ ở khách sạn Palace ở Đà Lạt một đêm.

   .... ?

6. Năm ngoái chị Kim đã đi du lịch ở đảo Phú Quốc.

   .... ?

Bài 4: Anh đã đi Hà Nội bao giờ chưa?

5.5 **Dùng *Nghe nói...* hoàn thành các mẫu đối thoại sau:**

1. A: Sao hôm nay chị Marie không đến?
   B: ....

2. A: Từ đây đến Vũng Tàu bao nhiêu ki lô mét vậy, chị?
   B: ....

3. A: Công ty du lịch đó phục vụ khách có tốt không?
   B: ....

4. A: Anh có biết gia đình chị Hòa định đi du lịch Thái Lan bao lâu không?
   B: ....

5. A: Ở Hà Nội có nhiều cảnh đẹp không?
   B: ....

6. A: Ai sẽ hướng dẫn chúng ta đi xem các di tích ở Huế?
   B: ....

7. A: Ở Thành phố Hồ Chí Minh, quận nào có nhiều chùa của người Hoa nhất, anh có biết không?
   B: ....

5.6 **Hoàn thành các câu dưới đây:**

1. Tôi không muốn đọc sách mà muốn ....
2. Tôi không muốn đi du lịch mà cũng không ....
3. Từ đây đến đó không xa mà cũng không ....
4. Khách sạn ấy không rẻ mà cũng ....
5. Nghe nói ....
6. Anh đã .... bao giờ chưa?
7. Tôi chưa bao giờ ....

5.7 Viết về một nơi du lịch mà bạn thích nhất.

6. Bài đọc

CÁC THÀNH PHỐ LỚN Ở VIỆT NAM

Hà Nội và Hải Phòng là hai thành phố lớn ở miền Bắc Việt Nam. Hải Phòng là một hải cảng và là một thành phố công nghiệp lớn, còn Hà Nội là thủ đô, là trung tâm văn hóa, chính trị của Việt Nam.

Cố đô Huế nằm ở miền Trung. Đây là một trung tâm du lịch nổi tiếng. Đà Nẵng và Nha Trang cũng ở miền Trung. Đà Nẵng là một hải cảng quan trọng, còn Nha Trang là một thành phố biển tuyệt đẹp. Hàng năm có rất nhiều người đến đấy để du lịch tắm biển.

Thành phố Hồ Chí Minh và Cần Thơ là hai thành phố lớn ở miền Nam. Cách Thành phố Hồ Chí Minh khoảng 125 km về hướng đông nam là thành phố biển Vũng Tàu. Còn cách Thành phố Hồ Chí Minh khoảng 300 km về hướng đông bắc là thành phố hoa Đà Lạt. Cả hai nơi này đều là hai nơi nghỉ mát nổi tiếng của Việt Nam

7. Ghi chú

1. Thấy

(a) Tôi thấy ở đây hơi bất tiện.
   I think this place is a little inconvenient.
(b) Anh thấy món ăn này thế nào?
   How do you find this dish?

Động từ, biểu thị sự nhận biết được. "Thấy" thường dùng để bày tỏ ý kiến.
"Thấy" is a verb, used to indicate the ability to evaluate. It is usually used to give opinions.

2. Nghe nói

(a) Nghe nói Vịnh Hạ Long rất đẹp.
   It is said that Ha Long Bay is very beautiful.
(b) Tôi nghe nói cô ấy sắp đi du lịch ở Pháp một tháng.
   I heard that she will soon be going to France to travel for one month.

Kết cấu biểu thị ý khẳng định một cách dè dặt, dựa vào một nguồn tin nào đó.
This structure expresses the tentative affirmation of an indefinite source of news.

3. Mà

(a) Đến giờ học rồi mà anh ấy còn ngủ.
   It is already time to study but he is still asleep.
(b) Nó không thích đọc sách mà chỉ thích xem phim.
   He does not like reading but only likes watching movies.

Liên từ, biểu thị điều sắp nêu ra là không phù hợp với điều vừa nói đến (VD a, b), hoặc trái với lẽ thường (VD a).
"Mà" is a conjunction, used to express an idea contrary to, or incompatible with what has just been said, Ex. (a, b), or expressing the opposite of the usual, Ex. (a).

4. Nhỉ

(a) Ừ nhỉ. Có lẽ anh nói đúng đấy.
   Oh, yeah. Maybe you said it correctly.
(b) Anh ấy nói tiếng Việt giỏi quá nhỉ.
   He speaks Vietnamese well, huh?
(c) Hôm nay trời lạnh quá, chị nhỉ?
   The weather is really cold today, don't you think so?

Trợ từ, biểu thị ý khẳng định về điều mới nhận ra hoặc nêu ra một nhận định để tỏ sự đồng ý của mình hoặc để tranh thủ sự đồng ý của người đối thoại. *The sentence-final particle "nhỉ" is used to assert or affirm what the speaker has just realized, Ex. (a), and to agree with the listener's opinions, Ex. (b). It is also used to invite the listener's agreement in a conversational situation, Ex. (c).*

5. Đã ... bao giờ chưa / Đã bao giờ ... chưa?

(a) Anh đã gặp cô ấy bao giờ chưa?
   - Chưa. Tôi chưa bao giờ gặp cô ấy.
   Have you ever met her?
   – No, I've never met her.
(b) Anh đã bao giờ đi Hà Nội chưa?
   - Rồi. Tôi đã đi Hà Nội nhiều lần rồi.
   Have you ever been to Hanoi?
   – Yes, I've been to Hanoi several times.

Kết cấu nghi vấn, dùng để hỏi sự việc đã diễn ra hay chưa (thường tính đến thời điểm nói) (VD a). Có thể thay kết cấu này bằng kết cấu tương tự "đã bao giờ ... chưa?" (VD b).

This interrogative construction is used to ask if something has happened (usually up to the moment of speaking), Ex. (a). It can be substituted for an equivalent construction "đã bao giờ ... chưa", Ex. (b).

BÀI 5
PHÒNG LOẠI MỘT BAO NHIÊU MỘT ĐÊM?

▶ Cách nói khi thuê phòng ở khách sạn
▶ Động từ: thưa, nhờ
▶ Kết cấu: tuy ... nhưng ...
▶ Danh từ chỉ vị trí: *trên, dưới, trong, ngoài*

1. Hội thoại

1.1 Ở phòng tiếp tân khách sạn

Tiếp tân: Chào ông. Ông cần gì ạ?
Smith: Chào cô. Tôi muốn thuê phòng.
Tiếp tân: Thưa ông, ở đây chúng tôi có hai loại phòng: phòng đơn và phòng đôi. Ông muốn thuê loại nào ạ?
Smith: Phòng đơn bao nhiêu một đêm?
Tiếp tân: Hai trăm năm chục ngàn một đêm. Trong phòng có máy lạnh, ti vi, điện thoại. Phòng tuy nhỏ nhưng sạch sẽ, thoáng mát lắm.
Smith: Có tủ lạnh không?
Tiếp tân: Thưa, có chứ ạ.
Smith: Cô cho tôi thuê một phòng đơn.
Tiếp tân: Vâng. Ông muốn thuê mấy đêm ạ?
Smith: Bốn đêm. Đây là hộ chiếu của tôi.
Tiếp tân: Phòng của ông số 309, ở trên tầng 3. Đây là chìa khóa phòng.
Smith: Cám ơn cô.
Tiếp tân: Thưa ông, khách sạn chúng tôi có phục vụ ăn sáng miễn phí cho quý khách. Vậy sáng mai xin mời ông xuống nhà hàng ở tầng một ăn sáng nhé.

Dựa vào bài hội thoại, trả lời các câu hỏi sau:

1. Phòng đơn giá bao nhiêu một đêm?
2. Trong phòng có những gì?
3. Ông Smith sẽ thuê mấy đêm?
4. Phòng của ông ấy số mấy? Ở tầng mấy?
5. Nhà hàng của khách sạn ở tầng mấy?

Bài 5: Phòng loại một bao nhiêu một đêm?

1.2 Ở phòng tiếp tân, Yoko muốn trả phòng.

Tiếp tân:	Chào cô.
Yoko:	Chào anh. Chiều nay tôi muốn trả phòng.
Tiếp tân:	Vâng. Cô định trả phòng lúc mấy giờ ạ?
Yoko:	Lúc 4 giờ.
Tiếp tân:	4 giờ, phải không ạ? À, xin lỗi, lúc đó, cô có cần gọi taxi không ạ?
Yoko:	Dạ, cần. Nhờ anh gọi taxi giùm tôi nhé. Nhân tiện nhờ anh cho người mang giùm hành lý của tôi ra xe. Bây giờ cho tôi trả tiền phòng.
Tiếp tân:	Xin cô chờ một chút... Dạ, đây là hóa đơn tính tiền.
Yoko:	Tất cả là 110 đô la, phải không?
Tiếp tân:	Dạ, phải. Cám ơn cô.

Dựa vào bài hội thoại, trả lời các câu hỏi sau:

1. Yoko định trả phòng lúc mấy giờ?
2. Yoko nhờ anh tiếp tân làm gì?
3. Tiền phòng của Yoko tất cả là bao nhiêu?

2. Thực hành nói

2.1 Thay thế những từ màu xanh trong các mẫu câu sau đây bằng các từ cho sẵn bên dưới:

A. Tôi muốn thuê phòng.
  a. đổi phòng
  b. thuê một phòng đôi
  c. trả phòng chiều nay

D. Anh có cần gọi taxi không?
  a. giặt quần áo
  b. đăng ký vé tàu hỏa
  c. thuê xe máy

B. Phòng của ông số 309, ở trên tầng 3.
  a. 229, tầng 2
  b. 109, tầng 1
  c. 717, tầng 7

E. Nhờ anh gọi taxi giùm tôi nhé.
  a. thuê một chiếc xe đạp
  b. đăng ký vé máy bay
  c. sửa lại cái máy lạnh

C. Phòng tuy nhỏ nhưng sạch sẽ, thoáng mát.
  a. không lớn, đầy đủ tiện nghi
  b. lớn, hơi nóng
  c. mới, không sáng lắm

Bài 5: Phòng loại một bao nhiêu một đêm?

2.2 Thực hiện những đoạn hội thoại ngắn bằng cách thay thế những từ màu xanh trong các mẫu câu bằng các từ cho sẵn bên dưới:

A. A: Chào ông. Ông cần gì ạ?
  B: Chào cô. Tôi muốn thuê phòng.
   a. bà, đổi phòng khác
   b. chị, trả phòng ngày mai
   c. ông, thuê ba phòng đơn

B. A: Phòng đơn bao nhiêu một đêm?
  B: Hai trăm năm chục ngàn một đêm.
   a. phòng không có máy lạnh, 120 ngàn
   b. phòng có máy lạnh và nước nóng, 200 ngàn
   c. phòng đôi, 280 ngàn

C. A: Ông muốn thuê mấy đêm ạ?
  B: Hai đêm. Đây là hộ chiếu của tôi
   a. bao lâu, một tuần
   b. mấy tuần, ba tuần
   c. mấy đêm, chỉ một đêm thôi

D. A: Cô có cần gọi taxi không ạ?
  B: Dạ, cần. Nhờ anh gọi taxi giùm tôi nhé.
   a. chị, kêu xích lô
   b. anh, thuê xe máy
   c. ông, đăng ký vé tàu hỏa

2.3 Xem ảnh, cho biết vị trí của người / vật trong ảnh bằng cách dùng các danh từ chỉ vị trí *"trên, dưới, trong, ngoài"*:

Vé máy bay ở . . . .

Máy lạnh ở . . . .

Chị Hải đang ở . . . .

Nam và Nga ở . . . .

Bài 5: Phòng loại một bao nhiêu một đêm?

2.4 Trả lời các câu hỏi dưới đây:

1. Khi đi du lịch, bạn thích sống ở khách sạn hay nhà trọ? Vì sao?
2. Bạn sẽ thuê phòng loại nào? Vì sao?
3. Khi đi du lịch, bạn chọn xe nào? Vì sao?

3. Từ vựng

3.1 Tìm từ thích hợp điền vào chỗ trống:

> tiện nghi / dễ chịu / du lịch / tầng hai / bờ biển / phong cảnh

Hè năm ngoái tôi đã đi .... ở Nha Trang một tuần. Tôi thuê một phòng đơn, ở trên .... của một khách sạn nhỏ. Khách sạn này nằm cách .... không xa lắm. Trong phòng chỉ có một cái tủ lạnh nhỏ và một cái ti vi cũ. Phòng tuy không rộng, không .... lắm nhưng tôi cảm thấy rất thoải mái, ... Buổi sáng và buổi chiều, từ cửa sổ phòng nhìn ra biển, ... thật là đẹp.

3.2 Hãy cho biết danh từ chỉ người làm / có những hoạt động dưới đây:

1. đi tham quan, chụp ảnh, nghỉ ngơi thoải mái

   ....

2. đưa khách đi tham quan, hướng dẫn, giải thích cho khách

   ....

3. chở khách đến điểm du lịch, đưa khách về khách sạn

   ....

4. sắp xếp phòng cho khách, nhận trả hoặc đổi phòng cho khách

   ....

4. Thực hành nghe

4.1 Tùng gọi điện thoại đến khách sạn đăng ký phòng. Nghe hội thoại giữa Tùng và tiếp tân khách sạn, sau đó trả lời câu hỏi:

1. Tùng muốn thuê phòng đơn hay phòng đôi?
2. Phòng đơn giá bao nhiêu một đêm?
3. Tùng sẽ thuê mấy đêm?
4. Bao giờ Tùng đến khách sạn?

4.2 Vợ chồng Tân bàn chuyện đi Vũng Tàu nghỉ mát. Nghe hội thoại giữa họ và trả lời câu hỏi:

1. Tân định đi Vũng Tàu mấy ngày?
2. Tân muốn thuê phòng ở khách sạn loại nào?
3. Vợ Tân có đồng ý với Tân không? Tại sao?
4. Cuối cùng, vợ chồng Tân quyết định đi Vũng Tàu mấy ngày?

5. Thực hành viết

5.1 Sắp xếp lại vị trí các từ để thành câu đúng:

VD: *muốn / ông / mấy đêm / thuê / ạ ?*

--> *Ông muốn thuê mấy đêm ạ?*

1. cô / thuê / một phòng đơn / tôi / cho .

   ....

2. nhờ / cho người / cô / hành lý của tôi / mang giùm ra xe .

   ....

3. muốn thuê / xe du lịch đi Đà Lạt / chúng tôi / một chiếc .

   ....

4. anh ấy / không giàu / rất thích / đi du lịch / tuy / nhưng .

   ....

5. mùa này / không đắt lắm / ở khách sạn / nghe nói / phòng .

   ....

5.2 Xem các thông tin bên dưới. Dùng *tuy… nhưng…* để tạo câu hoàn chỉnh:

1. khách sạn đó / giá rẻ / phục vụ không tốt .

   ....

2. khách sạn này / không phải mùa du lịch / không còn phòng trống .

   ....

3. khách sạn chúng tôi đang ở / giá thuê phòng hơi đắt / phục vụ rất tốt .

   ....

4. phòng này / không rộng / rất sạch sẽ, tiện nghi .

   ....

5. ông ấy / rất giàu / thích đi du lịch ba lô .

   ....

6. chúng tôi / không có nhiều tiền / năm nào cũng đi du lịch .

   ....

5.3 Xem các tình huống bên dưới. Dùng *nhờ … hộ / giùm / giúp...* để biểu thị yêu cầu muốn được giúp đỡ *(chú ý các từ màu cam trong câu)*:

1. Bạn muốn một nhân viên trong khách sạn mang hành lý lên phòng cho mình. Bạn nói với nhân viên ấy:
   --> *Nhờ* anh mang hành lý lên phòng giùm tôi.

2. Bạn muốn gọi xe taxi. Bạn nói với nhân viên tiếp tân của khách sạn:

   --> *Nhờ cô* ....

3. Bạn muốn biết giá vé máy bay Nha Trang – Hà Nội là bao nhiêu. Bạn nói với nhân viên tiếp tân của khách sạn:
   --> *Nhờ cô hỏi* ....

4. Bạn muốn Công ty Du lịch T. B. *mang vé máy bay đến nhà* cho mình. Bạn gọi điện thoại đến công ty:

   --> *Nhờ công ty cho người* ....

5. Bạn muốn *sửa cái máy lạnh trong phòng*. Bạn nói với quản lý khách sạn:

   --> *Nhờ anh cho người* ....

6. Bạn không thể *mở cửa sổ* được. Bạn nói với nhân viên khách sạn:

   --> *Nhờ* ....

7. Bạn muốn *thuê một chiếc xe du lịch đi Cần Thơ*. Bạn nói với nhân viên tiếp tân của khách sạn:

   --> *Nhờ* ....

5.4 Dùng *thưa* hoặc *nhờ* viết lại các câu dưới đây:

1. Anh mang hành lý ra xe giúp tôi nhé.

   ....

2. Sáng nay có một bức thư gửi đến cho cô.

   ....

3. Ông thuê xe máy không?

   ....

4. Chúng tôi chỉ còn một phòng đôi ở tầng 7 thôi. Bà có thuê không ạ?

   ....

5. Anh làm ơn cho người lên phòng 305 giùm. Chúng tôi không thể mở cửa vào phòng được.

   ....

6. Xin lỗi ông bà, đến sáng mai chúng tôi mới có phòng trống để đổi cho ông bà.

   ....

7. A-lô, phòng 431 phải không ạ? Hôm nay ông và gia đình có ăn sáng với đoàn không ạ?

   ....

Bài 5: Phòng loại một bao nhiêu một đêm?

5.5 **Hoàn thành các câu dưới đây:**

1. Khách sạn này tuy nhỏ nhưng ....

2. Phòng này tuy không có máy lạnh nhưng ....

3. Tuy không có tiền nhưng nó ....

4. Tuy đã gọi điện thoại đặt phòng trước..

5. Tuy già nhưng năm nào bố mẹ tôi cũng ....

6. Tuy không đi du lịch nhiều..

5.6 **Hãy cho biết một vài kinh nghiệm của bạn trong việc thuê khách sạn khi đi du lịch**

6. Bài đọc

KHÁCH SẠN, PHÒNG TRỌ

Ở Thành phố Hồ Chí Minh có rất nhiều loại khách sạn, nhà khách, sẵn sàng phục vụ cho khách du lịch trong và ngoài nước.

Du khách thích sống ở các khách sạn sang trọng, đầy đủ tiện nghi thì có thể đến các khách sạn lớn ở ngay trung tâm thành phố như New World, Majestic, Continental... Ngoài ra, ở trung tâm Thành phố Hồ Chí Minh còn có các khách sạn mini giá rẻ hơn nhưng vẫn đầy đủ tiện nghi.

Gần đây, có nhiều khách du lịch ba lô đến Việt Nam. Họ thích thuê những phòng trọ rẻ tiền, không cần tiện nghi lắm. Khu Phạm Ngũ Lão ở gần chợ Bến Thành là nơi có rất đông khách du lịch ba lô tìm đến.

7. Ghi chú

1. Thưa

(a) Thưa bà, ông ấy đi vắng rồi ạ.
   He is out, Madam.
(b) Thưa ông, tôi đã đăng ký vé máy bay cho ông rồi ạ.
   Sir, I already reserved a plane ticket for you.

Từ dùng trước đại từ nhân xưng hay từ chỉ nghề nghiệp, chức vụ để tỏ thái độ tôn trọng, lễ phép.
This word is used before personal pronouns or words indicating the profession or position of someone, to express an attitude of respect or politeness.

Bài 5: Phòng loại một bao nhiêu một đêm?

2. Nhờ

(a) Nhờ anh mang giúp hành lý của tôi ra xe.
Will you please bring my luggage to the car?

(b) Nhờ anh hỏi hộ tôi giá vé máy bay đi Hà Nội là bao nhiêu?
Will you please ask for me how much a plane ticket to Hanoi costs?

Động từ, có nghĩa "yêu cầu ai đó làm giúp cho việc gì đó". Thường dùng với động từ "giùm/giúp/hộ".
The meaning of "nhờ" is "to ask somebody to do something for someone". It is usually used with other verbs: "giùm", "giúp", or "hộ".

3. Tuy . . . nhưng . . .

(a) Khách sạn ấy tuy nhỏ nhưng rất sạch sẽ, tiện nghi.
Although that hotel is small, it is very clean and well equipped.

(b) Tuy không đẹp trai nhưng anh ta có nhiều bạn gái.
Although he is not handsome, he has many girlfriends.

(c) Anh ấy đồng ý, tuy không thích.
He agrees, even though he does not like it.

Kết cấu biểu thị quan hệ nghịch nhân-quả. Kết quả nêu ra sau "nhưng" đáng lẽ đã không thể xảy ra, nhưng vẫn xảy ra Vd (a,b,). Có thể đặt "tuy …" ở sau mệnh đề chỉ kết quả. Trong trường hợp này, "nhưng" được lược bỏ, Vd. (c).
*This construction expresses the opposite relationship in cause-and-effect from what is normally expected. The condition following "tuy" is the reality. The result, after "nhưng", does not normally happen as an effect of the reality, (but, in this case, it happened). When placing "tuy…" **after** the clause expressing the effect, "nhưng" can be omitted, Ex. (c)*

4. Trên, dưới, trong, ngoài

(a) Chìa khóa ở trên bàn giấy.
The key is on the desk.

(b) Con chó nằm ở dưới bàn ăn.
The dog lies under the dining table.

(c) Tiền ở trong ví.
The money is in the wallet.

(d) Anh ấy chỉ đứng ở ngoài, không vào trong phòng.
He just stands outside, he does not come into the room.

(e) Phòng ông ấy ở trên tầng 2.
His room is on the second floor.
(Meanwhile, the speaker is on a lower floor.)

(f) Phòng anh ấy ở dưới tầng 4.
His room is on the fourth floor.
(Meanwhile, the speaker is standing on a higher floor.)

(g) Cô ấy đang đứng ở ngoài sân.
She is standing in the yard.
(Meanwhile, the speaker is seeing this scene from inside.)

(h) Anh ấy đang chơi bóng trong sân.
He is playing football in the yard
(Meanwhile, the speaker is seeing this scene from outside.)

Đây là những danh từ chỉ vị trí.
"Trên": chỉ vị trí cao hơn trong không gian so với một vị trí nào đó, trái nghĩa với "dưới". Vd (a, b).
"Trong": chỉ vị trí thuộc một phạm vi được xác định nào đó, trái nghĩa với "ngoài". Vd (c, d).
Lưu ý: Trong tiếng Việt, các vị trí trên/dưới, trong/ngoài của sự vật thường được xác định trong tương quan với vị trí của nơi mà người nói đặt điểm nhìn (camera). Vd (e, f, g, h).

These prepositions indicate position or location.
*"Trên" indicates a position **on** something. Its antonym is "dưới", Ex. (a, b).*
*"Trong" indicates a position **within** a particular space. Its antonym is "ngoài", Ex. (c, d).*
Notice: Sometimes in Vietnamese language, the position ("trên/dưới", "trong/ngoài") of something is determined according to the point of view or location of the speaker, Ex. (e, f, g, h).

BÀI 6
BÀ ẤY LÀM NGHỀ GÌ VẬY?

▶ Ôn lại cách nói về sức khỏe, mua sắm, gọi điện thoại, du lịch, thuê phòng
▶ Phân biệt cách dùng của hai động từ: *bị, được*
▶ Phân biệt các tổ hợp: *hình như, chắc là, nghe nói*
▶ Danh từ chỉ loại: *cái, con, chiếc, quyển, bức*
▶ Phân biệt các kết cấu: *vì ... nên ... ; tuy ... nhưng ..., không những ... mà còn ...*

1. Hội thoại

Bà Tư và bà Loan nói chuyện với nhau về một bà hàng xóm:

Bà Tư: Chị biết không, bà hàng xóm của tôi mới mua thêm một chiếc xe hơi. Chiếc này là chiếc thứ hai.

Bà Loan: Ồ, bà ấy giàu quá nhỉ!

Bà Tư: Bà ấy cũng mới mua ba bức tranh, nghe nói là tranh ấn tượng; giá mỗi bức trên 10 triệu đồng.

Bà Loan: Vậy hả? Bà ấy làm nghề gì vậy?

Bà Tư: Nghe nói bà ấy có một cái nông trại nuôi hơn hai trăm con bò sữa.

Bà Loan: Bà ấy có nông trại à? Ở đâu vậy? Chị đã đến đấy bao giờ chưa?

Bà Tư: Chưa. Nhưng nghe nói nông trại của bà ấy lớn lắm. Cái nhà bà ấy xây ở đó trông giống như một tòa lâu đài.

Bà Loan: Chồng bà ấy chắc là làm ăn giỏi lắm nhỉ.

Bà Tư: Chồng bà ấy hả? Ông ấy không những làm ăn giỏi mà còn rất thương yêu vợ con.

Bà Loan: Ồ, bà ấy hạnh phúc quá nhỉ!

Dựa vào bài hội thoại, trả lời các câu hỏi sau:

1. Bà hàng xóm của bà Tư có mấy chiếc xe hơi?
2. Bà ấy mới mua mấy bức tranh? Giá mỗi bức là bao nhiêu?
3. Bà ấy nuôi bao nhiêu con bò sữa?
4. Cái nhà bà ấy xây ở nông trại trông thế nào?
5. Chồng bà ấy là người như thế nào?

Bài 6: Bà ấy làm nghề gì vậy?

2. Thực hành nói

2.1 **Nhìn vào hình, trả lời các câu hỏi dưới đây** *(dùng danh từ chỉ loại như cái, bức, quyển, chiếc)*:

VD: Trong phòng có gì?

- *Trong phòng có hai cái tủ.*

- ....

- ....

- ....

- ....

Ngoài đường có gì?

- ....

- ....

- ....

- ....

- ....

Trên bàn có gì?

- ....

- ....

- ....

- ....

- ....

2.2 **Thực tập gọi điện thoại cho nhà hàng để đặt chỗ trước. Sau đây là một số thông tin gợi ý:**

1. Nhà hàng Miền Tây
2. Đặt một bàn cho 6 người ăn
3. Món ăn: chả giò, tôm nướng...
4. Món uống: bia, nước ngọt
5. Thời gian: 7 giờ tối nay

Bài 6: Bà ấy làm nghề gì vậy?

3. Từ vựng

3.1 Viết thêm danh từ sau các danh từ chỉ loại:

1. cái bàn, cái .... , ... , ... , ...

2. con gà, con .... , ... , ... , ...

3. chiếc xe, chiếc .... , ... , ... , ...

4. bức tranh, bức .... , ... , ... , ...

5. quyển vở, quyển .... , ... , ... , ...

3.2 Khoanh tròn các từ không cùng loại:

- ho, đau đầu, sổ mũi, thuốc cảm, sốt, đau bụng, cúm
- cỡ lớn, cỡ nhỏ, chật, cỡ vừa, số lớn, rộng
- gọi, thẻ điện thoại, máy tính, nhắn, điện thoại di động
- tiện nghi, phòng đơn, phòng đôi, thoáng mát, phòng thường

4. Thực hành nghe

4.1 Ở một cửa hàng giày da và túi xách. Nghe hội thoại giữa một cô gái và người bán hàng, sau đó trả lời câu hỏi:

1. Cô gái ấy muốn mua cái túi xách màu gì?
2. Cô gái ấy muốn mua cái túi xách to hơn hay nhỏ hơn?
3. Giá của cái túi xách đó là bao nhiêu?
4. Người bán đề nghị cô ấy mua túi xách màu gì?

4.2 Hoàng gọi điện thoại đến khách sạn Quê Hương để hỏi về giá thuê phòng. Nghe hội thoại giữa Hoàng và nhân viên tiếp tân, sau đó trả lời câu hỏi:

1. Phòng đơn giá rẻ nhất là bao nhiêu một đêm?
2. Phòng đơn giá đắt nhất là bao nhiêu một đêm?
3. Tại sao giá của các phòng đơn khác nhau?
4. Bao giờ người bà con của Hoàng về nước?

5. Thực hành viết

5.1 Dùng *chắc là...* hoàn thành các đối thoại dưới đây:

1. A: Chị định đi nghỉ ở Nha Trang bao lâu?

   B: ....

2. A: Hùng vẫn chưa khỏe, sao hôm nay anh ấy lại đi Hà Nội?

   B: ....

3. A: Tôi gọi mãi mà vẫn không gặp được ông Thu. Cô có biết bao giờ ông ấy đến không?

   B: ....

4. A: Chủ nhà có đồng ý cho chị trả tiền mỗi tháng không?

   B: ....

5. A: Bà Mai đã ra viện chưa, anh?

   B: ....

6. A: Nhiều việc như vậy, bao giờ mới làm xong hả, anh?

   B: ....

5.2 Dùng kết cấu thích hợp *Tuy... nhưng...* hoặc *Vì ... nên ...* để viết lại các câu sau:

1. Hôm qua tôi gọi cho chị không được. Tôi ghi nhầm số.

   ....

2. Chúng tôi không đi du lịch được. Chúng tôi hết tiền.

   ....

3. Phòng anh Vinh đang thuê không rộng. Phòng rất sạch sẽ, tiện nghi.

   ....

4. Sáng nay Linda đã gọi điện trước. Bây giờ taxi vẫn chưa đến.

   ....

5. Hành lý nhiều quá. Anh ấy giúp tôi mang ra xe.

   ....

6. Bây giờ tôi không chụp ảnh cho cô được. Máy của tôi hết pin rồi.

   ....

Bài 6: Bà ấy làm nghề gì vậy?

7. Giá thuê phòng quá cao. Chúng tôi chẳng bao giờ đến đấy nữa.
....

5.3 **Sắp xếp lại vị trí các từ để thành câu đúng:**

    VD: *trời / sắp / hình như / mưa.*
    --> *Hình như trời sắp mưa.*

1. anh / nhờ / giùm tôi / gọi taxi .
....

2. xin / một lần nữa / nói lại / cô .
....

3. hình như / mới / ông ấy / ra ngoài / đi .
....

4. thế nào / bà / thấy / trong người ?
....

5. nghe nói / sẽ đến / chuyến bay VN 320 / lúc 4 giờ chiều .
....

6. bằng xe lửa / đi / thấy / chúng tôi / hơn / thú vị .
....

7. tuy / bị ốm / nhưng / đi khám bệnh / không muốn / Hà .
....

5.4 **Dùng *bị* hoặc *được* viết về các tình huống dưới đây:**

1. Bà Chín mới mua một cái máy giặt nhưng sáng nay nó đã hỏng.
....

2. Chị Youn mất chìa khóa phòng.
....

3. Sơn mời Bích đi Mỹ Tho chơi.
....

4. Anh Nam đưa John đi xem một số nhà cho thuê.

   ....

5. Chủ vườn tặng cho các cô ấy nhiều xoài và chôm chôm.

   ....

6. Vì không trả tiền thuê nhà nên chủ nhà mời anh ấy ra khỏi nhà.

   ....

5.5 **Theo bạn, tại sao nhiều người thích đi du lịch ba lô?**

Bài 6: Bà ấy làm nghề gì vậy?

6. Bài đọc

NHỚ QUÊ

Tôi sinh ra và lớn lên tại một miền quê nghèo ở miền Trung Việt Nam. Cho đến năm 18 tuổi, tôi chưa bao giờ được đến Thành phố Hồ Chí Minh. Khi tôi học đại học, tôi mới được đến đó. Tài sản của tôi mang từ quê vào là vài bộ quần áo, một chiếc xe đạp cũ và một bức ảnh chụp chung với gia đình. Lúc đầu, tôi thấy cái gì cũng lạ. Sau hai năm học tập, tôi đã thấy quen thuộc và yêu mến thành phố này. Tôi thường nhớ về miền quê êm ả của tôi. Quê tôi tuy nghèo nhưng mọi người sống với nhau rất thân ái. Tôi muốn về thăm quê nhưng chưa có dịp. Nghe nói quê tôi bây giờ cũng đã thay đổi nhiều lắm.

7. Ghi chú

1. Bị / Được

(a) Cô ấy bị cảm.
   She has a cold.
(b) Anh ấy bị cảnh sát phạt.
   He was fined by the police.
(c) Chúng tôi được nghỉ ngày thứ bảy và chủ nhật.
   We get two days off (work): Saturday and Sunday.
(d) Nó được mẹ cho tiền.
   He is given money by his mother.

Đây là hai động từ biểu thị ý tiếp thu, bị động. "Bị" biểu thị ý chủ thể chịu sự tác động của việc không hay, không có lợi, trái với "được" (Cần phân biệt với từ "được" dùng sau động từ với nghĩa "có thể" (GT1, B.4).

These are two modal verbs which express acceptance or passive voice. "Bị" indicates that the subject is undergoing the effects of a negative and disadvantageous thing, as opposed to "được". (It is necessary to distinguish this usage from that of "được" placed after a verb, in which case it means "có thể" denoting ability. VSL1, Lesson 4).

2. Hình như / Chắc là / Nghe nói

(a) *Hình như trời sắp mưa.*
   It seems it is going to rain.
(b) *Cô ấy hình như không muốn gặp tôi.*
   She seems does not want to see me.

"Hình như" biểu thị ý phỏng đoán một cách dè dặt.
"Hình như" expresses a tentative reading of a situation.

(c) *Nhanh lên! Chắc là mọi người đang đợi.*
   Hurry up! Everybody is probably waiting.
(d) *Anh ấy không đến. Chắc là anh ấy bị bệnh rồi.*
   He did not come. He might be sick.

"Chắc là" biểu thị ý phỏng đoán điều gì đó rất có thể xảy ra.
"Chắc là" expresses an estimation of what might be happening or of what is likely to happen.

(e) *Nghe nói anh ta giàu lắm.*
   It is said that he is very rich.
(f) *Tôi nghe nói cô ấy sắp lập gia đình.*
   I heard that she will soon get married.

"Nghe nói" biểu thị ý khẳng định một cách dè dặt, vì dựa vào một nguồn tin nào đó không chắc chắn lắm.
"Nghe nói" expresses a tentative assertion that is based on uncertain information.

3. Cái / Con / Chiếc / Quyển / Bức

(a) Bà ấy mới mua một cái tủ lạnh.
She just bought a refrigerator.

(b) Con chó này dễ thương quá.
This dog is very nice.

(c) Chiếc xe hơi này giá bao nhiêu?
How much does this car cost?

(d) Tôi mới viết một bức thư cho cô ấy.
I just wrote a letter to her.

(e) Anh đã đọc quyển sách ấy chưa?
Have you read that book yet?
(or: Did you read that book yet?)

Đây là các danh từ dùng để chỉ từng đơn vị riêng lẻ. "Cái" thường dùng cho bất động vật; "con" thường dùng cho động vật. Đối với bất động vật, có nhiều danh từ chỉ loại khác như "chiếc, bức, quyển..." Những từ này được dùng theo thói quen (Vd: chiếc xe, chiếc máy bay, chiếc đồng hồ,...) hoặc tùy theo hình dáng, kích thước của vật được nói đến (Vd: quyển sách, bức tranh ...).

"Cái" and "con" are classifiers. "Cái" is usually used for inanimate objects, and "con" for animals. For inanimate things, there are many other classifiers, such as "chiếc, bức, quyển...". The use of these classifiers depends on the rules of the Vietnamese language (for example: chiếc xe, chiếc máy bay, chiếc đồng hồ) or on the shape or size of the object mentioned (for example: quyển sách, bức tranh).

4. Vì... nên... / Tuy... nhưng... / Không những... mà còn...

(a) Vì mưa nên tôi không đi chơi được.
Because it is raining, I can't go out to have fun.
(b) Vì kẹt xe nên ông ấy đến trễ nửa tiếng.
Because of the heavy traffic, he was half an hour late.

Kết cấu "Vì ... nên ..." biểu thị quan hệ nhân-quả.
The construction "Vì ... nên ..." expresses a cause-and-effect relationship.

(c) Gia đình họ tuy nghèo nhưng hạnh phúc.
Although their family is poor, they are happy.
(d) Anh ấy đồng ý, tuy không thích.
Although he agrees, he doesn't like it.

Kết cấu "Tuy ... nhưng ..." biểu thị quan hệ nghịch nhân-quả.
The structure "Tuy ... nhưng ..." expresses a contrasting and unexpected relationship in cause-and-effect.

(e) Anh ấy không những mua nhà mà còn mua xe hơi nữa.
He not only bought a house but he also bought a car.
(f) Cô ấy không những thông minh mà còn chăm chỉ nữa.
She is not only intelligent but also diligent.

Kết cấu "Không những ... mà còn ..." biểu thị ý nhấn mạnh mức độ nhiều hơn (về số lượng, tính chất) so với một cái chuẩn nào đó.
The construction "Không những ... mà còn ..." emphasizes a higher degree in quantity or quality, in comparison with the usual.

BÀI 7
TÔI THÍCH NHÀ NÀY NHƯNG...

- ▶ Cách nói về nhà cửa
- ▶ Lượng từ : các, những
- ▶ Danh từ chỉ loại: *căn, ngôi, tòa*
- ▶ Kết cấu: *thì … thì …*

1. Hội thoại

Bà Minh đi xem nhà.

Chủ nhà: Dạ, chào bà. Bà cần gì ạ?
Bà Minh: Nhà này cho thuê, phải không ạ?
Chủ nhà: Vâng. Bà muốn thuê nhà à? Mời bà vào nhà.
Bà Minh: Tôi có thể đi xem nhà được không?
Chủ nhà: Dạ, được chứ ạ. Mời bà theo tôi.
Bà Minh: Ngôi nhà này xây bao lâu rồi ạ?
Chủ nhà: Dạ, nhà mới xây. Chỉ mới sáu năm thôi.
Bà Minh: Sáu năm rồi à? Nhà có tất cả mấy phòng vậy, thưa bà?
Chủ nhà: Dạ, sáu phòng. Có bốn phòng ngủ. Tất cả các phòng đều có quạt trần. Mời bà đi xem tiếp nhà bếp ạ.
Bà Minh: Còn nhà vệ sinh ở đâu?
Chủ nhà: Dạ, nhà vệ sinh ở đằng kia. Xin lỗi, bà thấy nhà này thế nào?
Bà Minh: Tôi thấy các phòng ngủ rất đẹp nhưng nhà bếp thì quá chật, nhà vệ sinh thì quá rộng. À, bao nhiêu một tháng vậy?
Chủ nhà: Dạ, ba triệu rưỡi một tháng.
Bà Minh: Ồ, giá như vậy là hơi đắt! Những chỗ khác giá chỉ khoảng hai triệu một tháng thôi

Dựa vào bài hội thoại, trả lời các câu hỏi sau:

1. Bà Minh gặp chủ nhà để làm gì?
2. Ngôi nhà này đã được xây lâu chưa?
3. Tất cả các phòng đều được trang bị gì?
4. Bà Minh thấy ngôi nhà này thế nào?
5. Theo bạn, bà Minh có muốn thuê ngôi nhà này không? Tại sao?

2. Thực hành nói

2.1 Thay thế những từ màu xanh trong các mẫu câu sau đây bằng các từ cho sẵn bên dưới:

A. Ngôi nhà này xây bao lâu rồi ạ?
   a. tòa lâu đài
   b. cao ốc
   c. ngôi chùa

B. Tất cả các phòng đều có máy lạnh.
   a. lớp học, bàn
   b. căn hộ, nhà bếp riêng
   c. ngôi biệt thự ở đây, sân tennis

C. Còn nhà vệ sinh ở đâu?
   a. nhà bếp
   b. phòng ăn
   c. phòng làm việc

D. Nhà bếp thì quá chật, nhà vệ sinh thì quá rộng.
   a. phòng khách, phòng ngủ
   b. nhà tắm, nhà bếp
   c. phòng ăn, phòng khách

E. Tôi muốn tìm một căn nhà nhỏ, tiện nghi, ở khu yên tĩnh.
   a. hai tầng, ở quận 3
   b. lớn, ở mặt tiền đường
   c. một trệt một lầu, gần trung tâm thành phố

2.2 Thực hiện những đoạn hội thoại ngắn bằng cách thay thế những từ màu xanh trong các mẫu câu bằng các từ cho sẵn bên dưới:

A. A: Tôi đi xem nhà được không?
   B: Dạ, được chứ ạ. Mời bà theo tôi.
   a. lên lầu, mời bà đi lối này
   b. vào xem phòng ngủ, xin bà cứ tự nhiên
   c. sử dụng nhà vệ sinh, nhà vệ sinh ở đằng kia

B. A: Ngôi nhà này xây bao lâu rồi ạ?
   B: Dạ, nhà mới xây. Chỉ mới sáu năm thôi.
   a. mấy tháng, chưa được sáu tháng
   b. mấy năm, mới hơn hai năm
   c. mấy năm, chưa được một năm

C. A: Nhà có tất cả mấy phòng vậy, thưa ông?
   B: Dạ, sáu phòng.
   a. có ga-ra không, chỉ có sân sau thôi
   b. có máy lạnh không, chỉ có quạt máy
   c. có điện nước riêng không, điện thì riêng nhưng nước thì chung với nhà bên cạnh

Bài 7: Tôi thích nhà này nhưng...

2.3 **Miêu tả nơi ở của bạn** *(ở đâu, diện tích bao nhiêu mét vuông, mấy phòng ...)*

2.4 **Xem các thông tin dưới đây, học viên thực hành hội thoại** *(giữa chủ nhà và người thuê nhà)*:

Nhà bán gấp 2084A, Lạc Long Quân, P.11, Q.11, DT 4m X 16m. Nhà gồm 1 trệt, 3 lầu, có 4 phòng ngủ, 3 toilet, 1 bếp, sân thượng. Đầy đủ tiện nghi, yên tĩnh. Giá thương lượng.

Phòng cho thuê: Khu trung tâm, gần chợ Tân Bình, yên tĩnh, lịch sự. Phòng đầy đủ tiện nghi. Có máy lạnh, điện thoại riêng. Địa chỉ 929 Lạc Long Quân, P. 7, Q. Tân Bình. Giá 2,5 triệu đồng / tháng.

Nhà cho thuê nguyên căn để kinh doanh hoặc làm văn phòng. Địa chỉ số 523 Nguyễn Thiện Thuật, Phường 2, Q. 3. Xin liên hệ tại địa chỉ trên. ĐT : 8225009.

Quận 11: Cần bán gấp một căn nhà 3m X 6m, có gác suốt, nhà mới xây dựng, trang trí nội thất đẹp, có điện, nước, điện thoại riêng. Giá 19 lượng. Giấy tờ hợp lệ. Xin liên hệ: cô Hoa, ĐT: (08) 38229390.

3. Từ vựng

Bài 7: Tôi thích nhà này nhưng...

4. Thực hành nghe

4.1 Hai người phụ nữ nói chuyện với nhau về bà Tuyết. Nghe cuộc nói chuyện của họ, sau đó trả lời các câu hỏi:

1. Bà Tuyết mới mua nhà ở đâu?
2. Căn nhà đó giá bao nhiêu?
3. Chiếc xe hơi bà Tuyết mới mua giá bao nhiêu?
4. Căn nhà bà Tuyết định mua thêm ở đâu?
5. Chủ nhà có đồng ý bán không? Tại sao?

4.2 Nghe câu chuyện về ông Morita, sau đó trả lời câu hỏi:

1. Ông Morita là chủ của mấy ngân hàng?
2. Ông ấy có nhiều nhà cho thuê ở đâu?
3. Ông ấy có mấy ngôi biệt thự?
4. Những ngôi biệt thự đó ở đâu?

5. Thực hành viết

5.1 Chọn từ thích hợp *các / những* điền vào chỗ trống:

1. Chị muốn biết thêm .... gì về ngôi nhà đó?
2. .... người đã đến đây xem nhà vào lúc 9 giờ sáng có nói gì không?
3. .... anh ấy muốn thuê một căn hộ trong chung cư này.
4. Hôm qua anh đã đi .... đâu?
5. Tất cả .... phòng trong khách sạn này không tiện nghi lắm.
6. Chủ nhà nói là tất cả .... phòng đều có máy lạnh, trừ phòng khách.
7. Ông ấy biết tất cả .... nhà trọ rẻ tiền ở Đà Lạt.
8. Mười hai giờ đêm, tất cả .... quán ở thành phố này đều đóng cửa.

Bài 7: Tôi thích nhà này nhưng...

5.2 **Xếp các từ dưới đây vào ba nhóm riêng biệt** *(danh từ, tính từ, động từ):*

thuê   tiện   MƯỚN   tiền nhà
    trả   phòng ngủ
        NHÀ BẾP
    giường   chật   xem
trang trí   mới
    tiện nghi   lầu   rộng
    máy lạnh   tầng trệt
        đắt   giá

1. ....
....
....
....
2. ....
....
....
....
3. ....
....
....
....

5.3 **Xem các thông tin bên dưới, dùng kết cấu *thì... thì...* để diễn đạt ý liệt kê hay tương phản trong câu:**

VD: *phòng khách / phòng ngủ*
--> *Phòng khách thì quá chật, phòng ngủ thì quá rộng.*

1. nhà bếp / nhà vệ sinh

   ....

2. ngôi nhà này / toà biệt thự kia

   ....

3. giá thuê nhà ở đây / giá thuê nhà ở Quận 3

   ....

4. sân trước / sân sau

   ....

5. thuê nhà ở khu trung tâm / thuê nhà ở ngoại ô

   ....

6. nhà mặt tiền / nhà trong hẻm

   ....

Bài 7: Tôi thích nhà này nhưng...

5.4 Hoàn thành các câu dưới đây:

1. Tôi thì dọn dẹp nhà cửa, còn chị tôi thì ....

2. Tiệm đó thì đóng cửa sớm, còn ....

3. Mấy tháng nay giá nhà thì tăng, còn ....

4. Ở thành phố thì ...., còn ....

5. Thuê nhà ở khu vực trung tâm thì ...., còn ....

6. Ở chung cư thì ...., còn ....

5.5 Trả lời các câu hỏi dưới đây :

1. Nhà của bạn thế nào?

....

2. Nhà của bạn có gần trường không?

....

3. Nhà của bạn có mấy phòng?

....

4. Nhà bạn có gần siêu thị hoặc trường học không?

....

5. Bạn thích sống trong một căn nhà như thế nào?

....

6. Bài đọc

THUÊ NHÀ

Ở Thành phố Hồ Chí Minh, việc tìm thuê một căn nhà không khó lắm. Trên các báo đều có mục "Rao vặt" quảng cáo về nhà cần bán hoặc cho thuê.

Nhà cho thuê có nhiều loại: cho thuê nguyên căn, cho thuê một tầng lầu hoặc cho thuê chỉ một phòng trong nhà. Giá thuê nhà cũng rất khác nhau, tùy theo vị trí, sự tiện nghi của ngôi nhà.

Nếu là nhà mặt tiền thì giá sẽ rất đắt, còn nếu là nhà trong hẻm, tất nhiên giá sẽ rẻ hơn. Nhà được trang bị đầy đủ tiện nghi như máy lạnh, máy tắm nước nóng, bồn tắm... thì giá thuê sẽ cao hơn những căn nhà không được tiện nghi lắm.

Vì vậy, người đi thuê thường phải đến xem nhiều nơi trước khi quyết định. Sau khi tìm được căn nhà vừa ý, trước khi dọn đến ở, người thuê nhà thường phải trả trước cho chủ ba hoặc sáu tháng tiền thuê nhà. Thuê nhà là một việc bất đắc dĩ. Tuy nhiên, hiện nay giá nhà đất ở các thành phố lớn như Hà Nội, Thành phố Hồ Chí Minh khá cao nên ngày càng có nhiều người phải ở nhà thuê.

Bài 7: Tôi thích nhà này nhưng...

7. Ghi chú

1. Các

(a) Các bạn đang sống ở đâu?
Where are you [plural] living now?

(b) Tất cả các ngôi nhà ở đây đều được xây dựng từ trước năm 1930.
All these houses were built before 1930.

Lượng từ "các" dùng trước danh từ/ danh ngữ để chỉ số lượng nhiều được xác định, bao gồm tất cả các sự vật muốn nói đến.
The quantifier "các" is used before a noun/ noun phrase to indicate plurality; or that all things are included in what is being referred to.

2. Những

(a) Những người vô gia cư rất cần được giúp đỡ.
Homeless people are in great need of help.

(b) Anh đã đi những đâu và đã làm những gì?
Which places have you been to and what things have you done?

Lượng từ "những" dùng trước danh từ/ danh ngữ để chỉ số lượng nhiều, không xác định.
The quantifier "những" is used before a noun/noun phrase to indicate an indefinite but not all-inclusive quantity.

3. Căn / Ngôi / Tòa

(a) Tôi muốn tìm một căn nhà nhỏ, nhưng tiện nghi.
I want to find a small house, but one that has facilities.

(b) Ngôi nhà này xây bao lâu rồi?
How long ago was this house built?

(c) Tòa lâu đài đó được xây dựng từ thế kỷ XVI.
That palace was built in the sixteenth century.

Để nói về nhà cửa, công trình xây dựng, có các danh từ chỉ loại sau:
Căn: chỉ từng đơn vị nhà ở không lớn lắm.
Ngôi: chỉ từng đơn vị nhà ở, công trình xây dựng có vị trí đứng riêng ra.
Tòa: chỉ từng đơn vị những công trình xây dựng có quy mô lớn.
There are several classifiers for houses and buildings, including:
Căn: *indicates a separate house that is small.*
Ngôi: *indicates a house or building that is located separately from others.*
Tòa: *indicates a large building.*

4. Thì... thì...

(a) Phòng ăn thì quá hẹp, phòng tắm thì quá rộng.
The dining room is very narrow, while the bathroom is very large.

(b) Vợ thì chăm, chồng thì lười.
The wife is industrious, but the husband is lazy.

Kết cấu diễn đạt ý tương phản trong câu.
This structure expresses contrast in a sentence.

BÀI 8
KHI RẢNH CHỊ THƯỜNG LÀM GÌ?

▶ Cách nói về thói quen
▶ Đại từ: *mình, tất cả, cả*
▶ Kết cấu: *càng … càng …*

1. Hội thoại

Hai người bạn gái nói về thói quen của họ

Thu: Khi rảnh, chị thường làm gì, chị Mai?
Mai: Rất nhiều thứ. Nhưng thường là mình đi thăm bạn bè, đi chơi hay đi mua sắm.
Thu: Có khi nào chị đi xem phim không?
Mai: Rất ít khi, vì mình bận lắm.
Thu: Nếu xem phim thì chị thường xem loại phim gì?
Mai: Mình thích xem phim hài. Không bao giờ mình xem phim bạo lực.
Thu: Chị có thường đọc sách không?
Mai: Trước đây thì mình rất hay đọc sách, nhưng bây giờ thì thú thật, mình rất ít khi đọc. Còn Thu, khi rảnh thì Thu thường làm gì?
Thu: Cả ngày mình chỉ ở nhà ngủ. Chẳng muốn làm gì. Chẳng hiểu sao mình luôn luôn cảm thấy thiếu ngủ. Cuộc sống càng ngày càng bận rộn. Chị có thấy như thế không?

Dựa vào bài hội thoại, trả lời các câu hỏi sau:

1. Khi rảnh Mai thường làm những việc gì nhất?
2. Tại sao Mai ít khi đi xem phim?
3. Mai thích loại phim nào và ghét loại phim nào?
4. Mai rất hay đọc sách phải không?
5. Thu thích điều gì nhất khi chị ấy rảnh rỗi? Bạn có biết tại sao không?

2. Thực hành nói

2.1 Thay thế những từ màu xanh trong các mẫu câu sau đây bằng các từ cho sẵn bên dưới:

A. Khi rảnh, chị thường làm gì?
   a. buồn
   b. vui
   c. sợ

B. Có khi nào chị đi xem phim không?
   a. anh đi du lịch một mình
   b. anh đi học sớm
   c. chị cãi nhau với bạn

C. Không bao giờ mình xem phim bạo lực.
   a. đi học muộn
   b. làm bài tập ở nhà
   c. gọi điện thoại cho người khác sau 11 giờ đêm

D. Cuộc sống càng ngày càng bận rộn.
   a. công việc, khó khăn
   b. anh ấy, uống rượu nhiều
   c. cô ấy, chăm học

2.2 Thực hiện những đoạn hội thoại ngắn bằng cách thay thế những từ màu xanh trong các mẫu câu bằng các từ cho sẵn bên dưới:

A. A: Khi rảnh, chị thường làm gì, chị Mai?
B: Thường là mình đi thăm bạn bè hay đi mua sắm.
   a. vui, đến nhà bạn, đi chơi công viên
   b. buồn, ở nhà ngủ, đi xem phim
   c. nhớ nhà, viết thư, gọi điện thoại cho bố mẹ.

B. A: Chị thích xem loại phim gì?
B: Mình thích xem phim hài. Không bao giờ mình xem phim bạo lực.
   a. đọc loại sách, đọc tiểu thuyết, đọc sách nghiên cứu
   b. nghe loại nhạc, nghe nhạc nhẹ, nghe nhạc Rap
   c. chơi môn thể thao, chơi cầu lông, chơi bóng đá.

C. A: Còn anh, ngày nghỉ anh thường làm gì?
B: Cả ngày tôi chỉ ở nhà ngủ.
   a. sáng chủ nhật, buổi, xem ti vi
   b. nghỉ hè, kỳ nghỉ, đọc sách
   c. nghỉ Tết, tuần, đọc báo xuân

Bài 8: Khi rảnh chị thường làm gì?

2.3 **Trả lời các câu hỏi sau:**

1. Khi rảnh bạn thường làm gì?
   ....

2. Khi buồn bạn thường làm gì?
   ....

3. Khi người ta xin lỗi bạn, bạn thường nói gì?
   ....

4. Khi bạn tức giận, bạn thường làm gì?
   ....

5. Khi đi học tiếng Việt, bạn thường mang theo những gì?
   ....

2.4 Hãy phỏng vấn các bạn khác trong lớp về thói quen của họ. Sử dụng các từ cho sẵn bên dưới:

> thức dậy / ăn sáng / uống cà phê / đi làm / uống rượu / về nhà /
> xem ti vi / xem phim / đọc báo / buồn / khóc

2.5 Hãy nói về thói quen của bạn khi bạn còn nhỏ.

2.6 Hãy nói về thói quen buồn cười của một người mà bạn biết.

3. Từ vựng

3.1 Chọn từ thích hợp điền vào chỗ trống:

> lúc / của / với / thường / thỉnh thoảng / không bao giờ

Liên là học sinh lớp 11 …………… một trường trung học nổi tiếng trong thành phố. Liên …………… thức dậy lúc 5 giờ 45 phút sáng. Sau khi rửa mặt, Liên ăn sáng …………… gia đình rồi chuẩn bị đi học. Liên thường rời khỏi nhà …………… 6 giờ 15. Buổi trưa Liên thường về nhà lúc 11 giờ rưỡi. Nhưng Liên …………… về nhà sau 12 giờ trưa.

Buổi chiều, Liên thường ở nhà. …………… Liên đi thư viện hay đến nhà bạn mượn sách vở. Buổi tối Liên học bài, xem ti vi với gia đình. Liên ít khi đi ngủ sau 12 giờ đêm.

3.2 Chọn từ đúng.

1. Ngày nào tôi cũng thức dậy sớm. Tôi *(hay / không bao giờ)* thức dậy trễ.
2. *(Luôn luôn / Ít khi)* anh ấy uống bia nhiều như hôm nay.
3. Các chị ấy có *(thường là / hay)* đi mua sắm với nhau không?
4. Anh có *(thường / ít khi)* xem phim tình cảm xã hội không?
5. *(Ít khi / Hay)* tôi thấy chị ấy hút thuốc.

4. Thực hành nghe

4.1 Hồng đến chơi nhà Xuân, thấy Xuân buồn. Nghe cuộc nói chuyện giữa Hồng và Xuân, sau đó trả lời câu hỏi:

1. Tại sao Xuân và chồng cô ấy cãi nhau?
2. Cô ấy thích gì?
3. Chồng cô ấy thích gì?
4. Họ có thường cãi nhau không?

Bài 8: Khi rảnh chị thường làm gì?

4.2 Nghe câu chuyện về ông Năm, sau đó trả lời câu hỏi:

1. Trước đây ông ấy làm nghề gì?
2. Ông ấy thường hay nhớ về điều gì?
3. Khi nói chuyện, ông ấy thường bắt đầu bằng câu gì?
4. Trước đây ông ấy có thể uống một lúc bao nhiêu chai bia?
5. Trước đây ông ấy có thể đi bộ một lúc bao nhiêu cây số?

5. Thực hành viết

5.1 Đổi từ *mình* trong các câu sau thành câu có các đại từ tương đương:

VD: *Mình* rất ghét phim bạo lực.
--> *Tôi* rất ghét phim bạo lực

1. *Mình* không biết là chị ấy giận *mình*.
   ....

2. Bạn đi đến nhà anh ấy với *mình* được không?
   ....

3. Cô Thu luôn tự tin ở chính *mình*.
   ....

4. Cô ấy không thể tự *mình* làm tất cả mọi việc trong nhà.
   ....

5. Em gái *mình* vừa vào đại học năm ngoái.
   ....

6. Anh ấy nghĩ rằng cả công ty không thích *mình*.
   ....

7. Khi nào rảnh, đến nhà chúng *mình* chơi nhé.
   ....

Bài 8: Khi rảnh chị thường làm gì?

5.2 Dùng *cả + danh từ* có nghĩa tương đương với phần màu cam *(nhà, buổi sáng, đêm...)* để viết lại các câu sau:

1. Hôm nay anh ấy được rảnh từ sáng đến tối.
   ....

2. Nó xem video từ 7 giờ sáng đến 12 giờ trưa.
   ....

3. Bố, mẹ, anh, chị em cô Liên và cô Liên sẽ đi nghỉ ở Nha Trang.
   ....

4. Tất cả sinh viên trong lớp tôi đều đã xem bộ phim đó.
   ....

5. Mọi người trong công ty đều biết chuyện ấy.
   ....

5.3 Dùng *tất cả* hoàn thành các hội thoại sau:

1. A: Anh muốn mượn loại sách nào? Sách văn học, sách lịch sử hay sách toán?
   B: ....

2. A: Chị đã đi du lịch ở đâu rồi? Huế, Nha Trang, Đà Lạt hay Đà Nẵng?
   B: ....

3. A: Họ thích uống gì? Bia, rượu hay nước cam?
   B: ....

4. A: Từ đây ra Hà Nội đi bằng xe lửa mất bao lâu?
   B: ....

5. A: Bao nhiêu tiền vậy, cô?
   B: ....

Bài 8: Khi rảnh chị thường làm gì?

5.4 Dùng kết cấu *càng... càng...* hoàn thành các đối thoại dưới đây:

1. A: Chị đang xem phim "Ba mùa" à? Có hay không, chị?

   B: Hay lắm, ...

2. A: Chúng ta đi Đầm Sen chơi đi. Nghe nói công viên nước ở đó hay lắm.

   B: Ý kiến hay đấy. Công viên Đầm Sen ....

3. A: Chị thường đi mua sắm ở shop thời trang đó à?

   B: Vâng. Quần áo ở đó ....

4. A: Tôi thấy anh dạo này có vẻ mệt mỏi quá. Công việc mới chắc vất vả lắm nhỉ?

   B: Vâng, ...

5. A: Chị có thích xem chương trình "Yan can cook" không?

   B: ....

5.5 Viết về công việc thường ngày của bạn.

6. Bài đọc

MỘT NGÀY CỦA ÔNG HẢI

Đây là ông Lê Văn Hải. Ông ấy là giám đốc một công ty xuất nhập khẩu ở Quận 1. Năm nay ông Hải 50 tuổi. Ông Hải luôn luôn bận rộn. Ông ấy bao giờ cũng thức dậy lúc 6 giờ sáng. Sau khi rửa mặt, ông ấy thường ngồi đọc báo ở phòng khách. Ông ấy luôn luôn ngồi trên ghế riêng của mình. Sáu giờ năm mươi phút, tài xế đến đón ông tại nhà. Ông Hải không thích ăn sáng ở nhà. Sáng nào ông ấy cũng ăn phở ở đường Pasteur.

Ông ấy thường ăn một tô phở đặc biệt và uống một ly cà phê sữa nóng. Bảy giờ rưỡi ông Hải đến công ty. Ông ấy luôn luôn đến công ty đúng giờ. Buổi trưa ông Hải ít khi về nhà. Ông ấy thường ăn trưa ở nhà hàng. Tối nào ông ấy cũng đi nhà hàng với bạn hay đi với khách nước ngoài. Ít khi ông ấy về nhà trước 11 giờ đêm. Ông Hải không bao giờ hài lòng về cuộc sống của mình. Ông luôn luôn nói rằng: "Tôi là một người bất hạnh".

1. Ông Hải làm gì? Ở đâu?
2. Sau khi rửa mặt, ông Hải thường làm gì?
3. Ông Hải luôn luôn ngồi trên ghế của ai?
4. Ông Hải có thường về nhà buổi trưa không?
5. Ông Hải thường về nhà lúc mấy giờ?

Bài 8: Khi rảnh chị thường làm gì?

7. Ghi chú

1. Mình

(a) Mình rất ghét phim bạo lực.
I hate violent movies.
(b) Nó chỉ nghĩ đến mình.
He thinks only of himself.
(c) Các anh ấy không muốn nói về mình.
These men do not want to talk about themselves.

Đại từ, dùng để tự xưng hoặc để chỉ bản thân một cách thân mật, Vd. (a). Cần phân biệt với từ "mình" dùng để chỉ bản thân chủ thể vừa được nói đến, Vd. (b), (c).
"Mình" is a pronoun used to refer to oneself or present oneself in a friendly way (Ex. a). It is necessary to distinguish between uses of "mình" when it is used to indicate oneself, and when it refers to someone who has just been mentioned (Ex. b, c).

2. Tất cả

(a) Tất cả mọi người ở đây đều biết anh ấy.
Everybody here knows him.
(b) Tất cả các nhân viên ở đây đều vui tính.
All of the employees here are very friendly.

Lượng từ "tất cả" dùng để chỉ số lượng toàn bộ.
The quantifier "tất cả" is used to indicate the entirety of a quantity.

3. Cả

(a) Cả nhà tôi đều thích xem phim hài.
My whole family likes watching comedy movies.
(b) Chuyện ấy cả làng đều biết.
The whole village knows this story.

Lượng từ "cả" chỉ toàn thể của một tập hợp, tập hợp này được xem như một đơn vị.
The quantifier "cả" refers to the whole of a group which is to be considered as one unit.

4. Càng … càng

(a) Càng ngày họ càng hiểu nhau hơn.
Each day they understand each other more and more.
(b) Bài hát này càng nghe càng thấy hay.
The more we listen to this song, the more we like it.

Kết cấu biểu thị quan hệ tăng tiến thuận (mức độ cùng tăng lên như nhau).
This construction expresses the relationship of parallel progress, i.e, the two clauses increase at a similar rate.

BÀI 9
THẢO THÍCH MỌI THỨ, CHỈ TRỪ ...

▶ Cách nói về thói quen, sở thích
▶ Phó từ: *hãy*
▶ Tổ hợp: *chẳng hạn / ngoài ra / ngoài / ngoài ... ra*
▶ Liên từ: *trừ*

1. Hội thoại

Ngọc Thảo là một diễn viên điện ảnh nổi tiếng. Cô đang trả lời phỏng vấn của một phóng viên.

Phóng viên:	Thảo hãy cho bạn đọc biết về một ngày bình thường của mình.
Ngọc Thảo:	Thảo thường thức dậy từ lúc 6 giờ sáng. Sau đó Thảo ăn sáng với gia đình rồi đến xưởng phim.
Phóng viên:	Còn buổi tối, Thảo thường làm gì?
Ngọc Thảo:	Buổi tối Thảo ở nhà xem phim, đọc sách báo. Thỉnh thoảng đi thăm một vài người bạn thân.
Phóng viên:	Bây giờ Thảo hãy nói về sở thích của mình. Chẳng hạn như về âm nhạc, Thảo thích nghe loại nhạc gì?
Ngọc Thảo:	Thảo rất thích nhạc nhẹ.
Phóng viên:	Thảo thích đọc loại sách gì?
Ngọc Thảo:	Thảo thích đọc truyện ngắn, tiểu thuyết. Ngoài ra, Thảo còn thích đọc sách về lịch sử.
Phóng viên:	Câu hỏi cuối cùng: Thảo ghét cái gì nhất?
Ngọc Thảo:	Thảo thích mọi thứ, chỉ trừ...
Phóng viên:	Chỉ trừ cái gì?
Ngọc Thảo:	Chỉ trừ ... những người hỏi nhiều.

Dựa vào bài hội thoại, trả lời các câu hỏi sau:

1. Trước khi đi đến xưởng phim, Thảo thường ăn sáng với ai?
2. Buổi tối, Thảo có thường đi đâu không?
3. Thảo thích nghe loại nhạc gì?
4. Cô ấy thích đọc loại sách gì?
5. Thảo ghét cái gì nhất?

Bài 9: Thảo thích mọi thứ, chỉ trừ...

2. Thực hành nói

2.1 Thay thế những từ màu xanh trong các mẫu câu sau đây bằng các từ cho sẵn bên dưới:

A. Thảo hãy nói về sở thích của mình.
   a. Chị, thói quen
   b. Cô, ước muốn
   c. Anh, kế hoạch
   d. Ông, công việc hàng ngày

B. Chẳng hạn như về âm nhạc, Thảo thích loại nhạc gì?
   a. tiểu thuyết, loại tiểu thuyết gì
   b. hội họa, loại tranh gì
   c. phim, loại phim gì
   d. thể thao, môn thể thao nào

C. Thảo thích đọc truyện ngắn, tiểu thuyết. Ngoài ra, Thảo còn thích đọc sách về lịch sử.
   a. xem phim hài, xem phim tâm lý- xã hội
   b. nghe nhạc nhẹ, nghe dân ca
   c. nấu ăn, cắm hoa
   d. sưu tập tem, sưu tập bướm

D. Cô ấy thích mọi thứ, chỉ trừ những người hỏi nhiều.
   a. biết làm mọi việc, nấu ăn
   b. đi làm mỗi ngày, ngày chủ nhật
   c. xem DVD mỗi tối, khi bị bệnh
   d. đi mua sắm mỗi sáng chủ nhật, lúc không có tiền

2.2 Xem các ảnh dưới đây và nói về sở thích của bạn:

Tôi thích ....
....
....
Không thích ....
....
....

Tôi thích ....
....
....
Không thích ....
....

Bài 9: Thảo thích mọi thứ, chỉ trừ...

Tôi thích ....

....

Không thích ....

....

 2.3 Xem những thông tin về sở thích của những người dưới đây. Cho biết bạn có những sở thích nào giống hoặc khác với họ.

Họ và tên: Trần Văn Lâm
Tuổi: 68 tuổi
Nghề nghiệp: công chức (đã nghỉ hưu)

▎**Thích:**
- Màu: xanh, trắng, đen
- Món ăn: rau sống, cá kho
- Món uống: cà phê, rượu (một ít)
- Giải trí: đọc sách báo, đi dạo, đi thăm bạn
- Âm nhạc: dân ca Việt Nam

▎**Ghét:**
- Nhạc rock
- Phim bạo lực
- Màu đỏ

Họ và tên: Nguyễn Thị Thu
Tuổi: 19 tuổi
Nghề nghiệp: sinh viên

▎**Thích:**
- Màu: hồng, vàng, đen
- Món ăn: rau, canh chua, phở
- Uống: sinh tố, nước chanh
- Nhạc: nhạc rock
- Giải trí: bơi, nghe nhạc, xem phim, khiêu vũ

▎**Ghét:**
- Nói dối
- Mèo

Bài 9: Thảo thích mọi thứ, chỉ trừ...

3. Từ vựng

3.1 Tìm từ thích hợp điền vào chỗ trống:

> ăn / thích / bạn / rất / sở thích / không

Dũng và Độ là đôi .... thân, nhưng .... của họ rất khác nhau. Dũng thì thích rượu, bia, cà phê, thuốc nhưng .... thích trà và sinh tố. Còn Độ thì không .... bia cũng không thích rượu. Anh ấy .... ghét thuốc lá. Độ chỉ thích trà, cà phê, đặc biệt là sinh tố. Về món ...., Dũng thích thịt hơn cá, còn Độ thì thích cá hơn thịt. Còn bạn thì sao?

3.2 Viết vào chỗ trống từ trái nghĩa với từ màu cam trong câu:

1. Ông ấy thích bia nhưng lại .... nước ngọt.

2. Bình thường Sương nói rất nhiều. Hôm nay cô ấy nói rất ....

3. Anh đừng nói .... Anh hãy nói thật đi.

4. Tôi và cô ấy có nhiều điểm giống nhau nhưng cũng có điểm .... nhau.

5. Phim hài làm cho nó ...., còn phim buồn làm cho nó khóc.

6. Ngày chủ nhật tuần này thật thú vị, không .... như những tuần trước.

3.3 Xếp các từ ngữ dưới đây vào hai nhóm riêng biệt:

	Thói quen	Sở thích
đi ngủ sớm		
CÂU CÁ		
thức dậy trễ		
Khiêu Vũ		
đọc sách		
làm bánh ngày chủ nhật		
NGHE TIN TỨC LÚC 6 GIỜ SÁNG		
đọc sách trước khi ngủ		
vừa ăn vừa xem ti vi		
mua sắm		
chụp ảnh phong cảnh		

4. Thực hành nghe

4.1 Nghe đoạn văn nói về thói quen và sở thích của một tài xế, sau đó trả lời câu hỏi:

1. Anh ấy làm việc ở đâu?
2. Anh ấy có thường phải đi xa không?
3. Buổi sáng anh ấy thường uống cà phê ở đâu?
4. Anh ấy có thích phim và ca nhạc không?
5. Anh ấy có thường đi xem bóng đá không?

4.2 Hương Giang là một diễn viên kịch nói được nhiều người ưa thích. Cô đang trả lời các em học sinh một trường trung học. Nghe và trả lời câu hỏi:

1. Cô Hương Giang có thường đi ăn kem không?
2. Cô ấy có thường xem phim không? Tại sao?
3. Cô ấy thích gì nhất?
4. Khi nào thì Hương Giang cảm thấy buồn?

5. Thực hành viết

5.1 Chọn từ thích hợp trong ngoặc :

1. *(Ngoài/ Trừ)* chiếc đàn piano của mẹ, nó còn thích chiếc đàn guitar cũ của bố.
2. Các tấm ảnh chụp ở Vũng Tàu, tấm nào cũng đẹp, *(ngoài/ trừ)* tấm này.
3. Bác sĩ khám bệnh tất cả các buổi, *(ngoài/ trừ)* tối thứ bảy.
4. Nghe nói *(ngoài/ trừ)* việc sáng tác nhạc, ông ấy còn vẽ tranh.
5. Bộ sưu tập của anh ấy có tất cả tem của các nước, *(ngoài/ trừ)* tem Hàn Quốc.
6. *(Ngoài/ Trừ)* thứ hai và thứ năm, ngày nào Thảo cũng đến xưởng phim.

Bài 9: Thảo thích mọi thứ, chỉ trừ...

> **5.2** Dùng *ngoài...* hoặc *ngoài ra...* để viết lại các câu sau:

1. Các cô ấy nói chuyện với nhau về thời trang và nói về bộ phim Hàn Quốc đang chiếu trên ti vi.

   ....

2. Sở thích của Thúy là đi mua sắm. Cô ấy không có sở thích nào khác.

   ....

3. Cô ấy thích nhạc Pop. Cô ấy cũng thích nhạc Jazz.

   ....

4. Khi rảnh Mary thường dạy tiếng Anh cho chủ nhà và dạy đàn piano cho con gái chủ nhà.

   ....

5. Ông Bằng chỉ đến ăn ở tiệm này thôi. Ông ấy chưa bao giờ ăn ở tiệm nào khác.

   ....

6. Các anh ấy đã đi du lịch nhiều nơi: Nha Trang, Đà Lạt, Vũng Tàu. Các anh ấy cũng đã ở Huế một tuần.

   ....

7. Chủ nhật nào vợ chồng Xuân cũng đưa con đi chơi công viên và đưa con đi xem kịch dành cho thiếu nhi.

   ....

5.3 Sắp xếp lại vị trí của các từ trong câu :

VD: hãy / đi / anh / đi về.
--> *Anh hãy đi về đi.*

1. người nào / cô ca sĩ ấy / cũng muốn/ được làm quen / với .

   ....

2. nếu rảnh / chẳng hạn / em / giúp chị / có thể / lau nhà .

   ....

3. chúng tôi / trừ thứ bảy và chủ nhật / mỗi ngày / đi học .

   ....

4. ngoài / ra / anh ấy / không ai / làm / việc / nổi / này .

   ....

5. tôi / hãy đến đàng kia / anh / nói chuyện / một lát / với / nhé .

   ....

6. Bài đọc

CÔ MAI THẢO

Đây là cô Mai Thảo. Năm nay cô ấy 22 tuổi. Mai Thảo còn độc thân. Cô là thư ký riêng của giám đốc một công ty xuất nhập khẩu. Cô thường hay thức dậy trễ. Ít khi cô thức dậy trước 6 giờ sáng. Buổi sáng cô không ăn sáng, chỉ uống một ly sữa nóng. Mai Thảo luôn luôn đi làm trễ. Tám giờ mười phút cô mới đến công ty. Khi đến công ty, cô luôn luôn hỏi người bảo vệ: "Ông giám đốc đến chưa?"

Buổi trưa cô thường ăn trưa ở căn tin của công ty. Cô thường ăn cơm với rau. Ít khi cô dám ăn thịt vì cô sợ mập. Bây giờ cô cân nặng 48 kí. Cô giữ sắc đẹp của mình rất kỹ.

Bài 9: Thảo thích mọi thứ, chỉ trừ...

7. Ghi chú

1. Hãy

(a) Bây giờ anh hãy nói thật cho tôi biết.
   Now, you tell me the truth.
(b) Hãy cẩn thận.
   Be careful.
(c) Anh hãy về đi.
   Go home, please!

Phó từ, biểu thị ý yêu cầu có tính chất mệnh lệnh hoặc thuyết phục, động viên… "Hãy" có thể kết hợp với "đi", VD (c).
"Hãy" is an adverb, used to express a command with imperative, persuasive or encouraging nuances.

2. Chẳng hạn / chẳng hạn như

(a) Chị hãy làm cái gì đó, chẳng hạn như đi xem phim, đi du lịch.
   Do something! For example go see a movie, go traveling.
(b) Tôi muốn uống một cái gì đó, bia chẳng hạn.
   I would like to drink something, beer for example.

Tổ hợp dùng để biểu thị ý nêu một số sự vật làm ví dụ. Có thể thay tổ hợp này bằng "chẳng hạn như"" hay "như". Có thể đặt "chẳng hạn" ở cuối câu, VD (b).
This word cluster is used to express to a list of something as examples. It can be substituted by "chẳng hạn như" or "như" (Ex. a). "Chẳng hạn" can also be placed at the end of the sentence (Ex. b).

3. Ngoài ra / Ngoài / Ngoài ... ra

(a) Anh ấy học tiếng Anh, tiếng Pháp. Ngoài ra, anh ấy còn học tiếng Hàn Quốc.
He studies English and French. Besides, he also studies Korean.

(b) Ngoài tôi ra, ở đây còn 5 người khác nữa.
In addition to me, there are five other people here.

Tổ hợp biểu thị ý ngoài điều vừa được nói đến là chính, còn có cái khác nữa.
This word cluster expresses that in addition to what is mainly referred to, there is also something else.

4. Trừ

(a) Cô ấy mời tất cả mọi người, trừ tôi.
She invited everybody except me.

(b) Con muốn gì cũng được, trừ chuyện nghỉ học.
Anything you want is all right, except quitting school.

Liên từ, biểu thị ý để riêng ra, không tính đến, không nói đến.
"Trừ" is a conjunction, used to express something that is excluded from a group. It emphasizes that which is not included.

BÀI 10
TÔI KHÔNG CÒN LÀM Ở ĐÓ NỮA.

▶ Cách nói về công việc
▶ Đại từ nghi vấn: *sao*
▶ Phó từ: *lại*
▶ Phó từ: *hơn*
▶ Kết cấu: *mặc dù ... nhưng ...*

1. Hội thoại

Nam và Bình gặp nhau ở một quán bia.

Bình: Chào anh Nam. Lâu quá không gặp. Khỏe không?
Nam: Khỏe. Còn anh?
Bình: Bình thường. Còn gia đình anh thế nào?
Nam: Cũng bình thường. Anh vẫn còn làm ở Công ty xây dựng An Cư chứ?
Bình: Không. Tôi không còn làm ở đó nữa.
Nam: Anh chuyển sang công ty khác rồi sao?
Bình: Vâng. Làm ở công ty cũ mặc dù phù hợp với chuyên môn nhưng lương hơi thấp. Hơn nữa ông giám đốc lại không ưa tôi.
Nam: Còn ở công ty mới thì công việc thế nào?
Bình: Căng lắm. Không thể đi trễ về sớm như ở công ty cũ được, nếu như không muốn bị mất việc.
Nam: Còn lương bổng thì sao? Có khá không?
Bình: Cũng khá. Làm việc ở công ty mới lương cao hơn ở công ty cũ mặc dù khá căng thẳng.
Nam: Vậy xin chúc mừng anh. Nào, chúng ta cạn ly đi!

Dựa vào bài hội thoại, trả lời các câu hỏi sau:

1. Công việc ở Công ty An Cư có phù hợp với chuyên môn của Bình không?
2. Lý do chính để Bình không làm việc ở Công ty An Cư nữa là gì?
3. Ngoài lý do đó ra, còn có lý do nào khác nữa không?
4. Kỷ luật lao động ở công ty mới như thế nào?
5. Bình hài lòng về điều gì ở công ty mới?

2. Thực hành nói

2.1 Thay thế những từ màu xanh trong các mẫu câu sau đây bằng các từ cho sẵn bên dưới:

A. Anh chuyển sang công ty khác rồi sao?
  a. xin nghỉ việc
  b. bị mất việc
  c. được tăng lương
  d. được công ty ấy nhận vào làm việc

B. Làm ở công ty cũ mặc dù phù hợp với chuyên môn nhưng lương hơi thấp.
  a. công việc căng thẳng, lương khá cao
  b. xa nhà, công việc rất nhàn
  c. lương thấp, được nghỉ nhiều
  d. đã lâu năm, chưa được tăng lương

C. Hơn nữa ông giám đốc lại không ưa tôi.
  a. bà giám đốc mới, khó tính
  b. ông trưởng phòng, thiếu kinh nghiệm
  c. tiền lương hàng tháng, không đủ sống
  d. tiền thưởng cuối năm, không có

D. Còn lương bổng thì sao?
  a. công việc
  b. tiền thưởng
  c. hợp đồng
  d. thời gian làm việc

2.2 Nếu là giám đốc một công ty thương mại và bạn cần một nhân viên kế toán, bạn sẽ chọn người nào trong số các ứng viên sau đây? Bạn có thể cho biết tại sao không?

Trần Ngọc Anh, 23 tuổi
- Tốt nghiệp đại học chuyên ngành kế toán.
- Có chứng chỉ A Anh văn. Cần việc làm phù hợp chuyên môn.
- Mức lương đề nghị: 5.000.000 đồng / tháng.

Bài 10: Tôi không còn làm ở đó nữa.

Hoàng Thị Thanh Bình, 36 tuổi.
- Tốt nghiệp đại học chuyên ngành Quản trị Kinh doanh.
- Có chứng chỉ C Anh văn, chứng chỉ A Tin học, chứng chỉ Kế toán doanh nghiệp.
- Có 12 năm kinh nghiệm làm giáo viên mẫu giáo, 4 năm dạy Anh văn cho thiếu nhi. Cần việc làm phù hợp chuyên môn.
- Mức lương đề nghị: 5.500.000đ/ tháng.

Nguyễn Văn Sáng, 30 tuổi
- Cử nhân ngành QTKD.
- Cần việc làm phù hợp chuyên môn. Mức lương thỏa thuận theo công việc.

2.3 Đối với bạn, khi chọn một chỗ làm, điều gì là quan trọng nhất? *(tiền lương, việc làm phù hợp, quan hệ với đồng nghiệp, chỗ làm gần nhà...)*

Bài 10: Tôi không còn làm ở đó nữa.

3. Từ vựng

3.1 Xem đoạn văn bên dưới. Chọn từ ngữ thích hợp nhất.

Anh Thanh là một *(tài xế / người tài xế)* xe tải. Năm nay anh ấy *(là / ø)* 34 tuổi, đã có vợ và một con trai. Nhà anh ấy *(sống ở / ở)* Quận 10, Thành phố Hồ Chí Minh. Anh ấy làm tài xế *(được / có)* 10 năm rồi. Anh ấy không *(biết được / biết)* ngoại ngữ. Anh ấy thường phải đi nhiều nơi. Anh ấy luôn luôn thức dậy sớm. Anh ấy *(ít khi / đôi khi)* ăn sáng và ăn trưa ở nhà mà thường ăn ở những tiệm cơm dọc đường. Có khi anh ấy vừa lái xe *(và / vừa)* ăn bánh mì. Một tuần anh ấy làm việc bảy ngày. Anh Thanh thích nghề nghiệp *(cho / của)* mình, nhưng đôi khi anh ấy nghĩ rằng công việc này quá mệt.

3.2 Sắp xếp các từ ngữ dưới đây vào từng nhóm thích hợp:

> chuyển / phù hợp / chuyên môn / ưa / công việc / căng / mất việc / lương bổng / căng thẳng / tăng lương / nhàn / kinh nghiệm / trưởng phòng.

1. Giám đốc, ...

2. Khó tính, ...

3. Làm, ...

Bài 10: Tôi không còn làm ở đó nữa.

4. Thực hành nghe

4.1 Thủy và Hùng gặp nhau trên đường. Nghe cuộc nói chuyện của họ và trả lời các câu hỏi sau:

1. Tại sao hôm nay Thủy không đi làm?
2. Hùng đang làm gì?
3. Đã có nơi nào nhận Hùng vào làm việc chưa?
4. Hùng đã làm việc ở Công ty Xây dựng An Cư được mấy năm?
5. Tại sao Hùng xin nghỉ việc ở đó?

4.2 Nghe ba đoạn văn ngắn sau đây và trả lời các câu hỏi:

1. a. Cô ấy biết tiếng Đức không?
   b. Cô ấy thường gặp ai?
   c. Cô ấy làm nghề gì?

2. a. Cô ấy thường đi ngủ sớm hay muộn?
   b. Cô thường về nhà lúc mấy giờ?
   c. Cô ấy làm nghề gì?

3. a. Anh ấy có thường làm việc vào ban đêm không?
   b. Anh ấy thường đi ngủ lúc mấy giờ?
   c. Anh ấy làm nghề gì?

Bài 10: Tôi không còn làm ở đó nữa.

5. Thực hành viết

5.1 Xem các tình huống dưới đây. Dùng *... sao?* để biểu thị ý ngạc nhiên hoặc muốn hỏi lại cho rõ:

1. Tường không còn làm ở Công ty Xây dựng An Cư nữa.
   ....

2. Sau khi lập gia đình Bích đã xin nghỉ việc.
   ....

3. Ông giám đốc đã cho anh ấy thôi việc.
   ....

4. Làm việc ở công ty đó lương không cao.
   ....

5. Cô Thu đã được ký hợp đồng thêm 6 tháng.
   ....

6. Trong công ty tôi, hàng ngày bà giám đốc là người ra về sớm nhất.
   ....

7. Tôi chưa nhận được tiền thưởng cuối năm.
   ....

5.2 Hoàn thành các hội thoại dưới đây bằng cách dùng *... thì sao?* để hỏi thêm về một việc khác:

1. A: Ông trưởng phòng của chúng tôi rất dễ tính.
   B: ....

2. A: Tôi được nhận vào làm việc ở Công ty Du lịch Địa Cầu Xanh rồi.
   B: ....

3. A: Việc này không hợp với chuyên môn của tôi.
   B: ....

4. A: Lần này chỉ những người làm việc lâu năm mới được tăng lương.
   B: ....

5. A: Dạo này chị làm việc vất vả quá.
   B: ....

Bài 10: Tôi không còn làm ở đó nữa.

6. A: Với ông ấy, công việc ở cơ quan là quan trọng hơn cả.

   B: ....

7. A: Cô kế toán mới hình như chưa có kinh nghiệm.

   B: ....

5.3 Dùng từ *lại* (biểu thị tính chất trái với lẽ thường hay trái với sự mong đợi của người nói) để viết lại các câu sau đây:

   VD: Sao em nghĩ thế? ⟶ Sao em *lại* nghĩ thế?

1. Sau giờ làm việc Mai không về nhà mà ghé vào tiệm chụp hình.
   ....

2. Tại sao anh không đi chơi mà ở nhà?
   ....

3. Nó không gọi điện trước mà đến thẳng đây.
   ....

4. Vào nhà đi! Sao đứng nói chuyện ở ngoài đường vậy?
   ....

5. Mình đang nghe nhạc, sao cậu tắt?
   ....

6. Bà trưởng phòng đã mời nhưng chị không muốn đến nhà bà ấy dự tiệc.
   ....

5.4 Xem các thông tin bên dưới dùng kết cấu *mặc dù ... nhưng ...* để viết thành câu hoàn chỉnh:

1. đang làm việc / nói chuyện điện thoại với bạn.
   ....

2. yêu công việc của mình / lương thấp.
   ....

3. đi làm trễ / về sớm.
   ....

Bài 10: Tôi không còn làm ở đó nữa.

4. không chuyển đi nơi khác / không ưa bà trưởng phòng .
   ....

5. đã tốt nghiệp đại học / không muốn tìm việc làm .
   ....

6. không muốn sống xa nhà / muốn làm việc hợp với chuyên môn .
   ....

7. không có thời gian để làm việc nhà / không bận rộn nhiều với công việc ở cơ quan .
   ....

5.5 Hoàn thành các câu sau đây:

1. Anh bị mất việc sao ....?
2. Chị ấy không còn làm ở đó nhưng lại ....
3. Chuyên môn của tôi là kế toán sao anh lại ....
   ....?
4. Mặc dù công việc nặng nhọc...................................
5. Sao bà ấy lại ....?
6. Lương bổng ở nhà máy đó cũng khá nhưng ông ấy lại ....
   ....

5.6 Viết về công việc mà bạn yêu thích.

Bài 10: Tôi không còn làm ở đó nữa.

6. Bài đọc

MỘT GIẤC MƠ

Thanh Mai là nhân viên bán hàng của một công ty thương mại. Chiều nay cô sẽ có một triệu đô la. Điều đầu tiên cô làm là cô sẽ nghỉ bán hàng. Cô sẽ không phải thức dậy sớm và về nhà trễ, không phải nghe giám đốc càu nhàu.

Cô sẽ đi du lịch vòng quanh thế giới. Cô sẽ đi châu Âu trước, sau đó cô đi châu Mỹ. Có lẽ cô sẽ ở châu Âu hai tuần hay lâu hơn. Khi trở về nước, cô sẽ mua một ngôi nhà mới, vì căn nhà cũ của cô nhỏ quá. Cô không biết có nên mua xe hơi hay không. Có lẽ cô sẽ mua nhiều thứ, nhưng bây giờ cô chưa biết cô nên mua gì.

Nếu còn tiền thì cô sẽ mở một nhà hàng và sẽ gửi vào ngân hàng một số tiền. Nhưng tất cả không phải là sự thật. Đó chỉ là một giấc mơ. Bây giờ cô vẫn phải bán hàng, vẫn phải đi làm sớm và về nhà trễ, vẫn phải nghe giám đốc càu nhàu.

1. Thanh Mai làm nghề gì? Ở đâu?
2. Cô có hài lòng với công việc của mình không? Tại sao?
3. Nếu có một triệu đô la, điều đầu tiên cô làm là gì?
4. Sau đó cô sẽ làm gì?
5. Cô có định mua xe hơi hay không?
6. Công việc kinh doanh mà cô định làm là gì?

Bài 10: Tôi không còn làm ở đó nữa.

7. Ghi chú

1. Sao

(a) Anh không thích làm ở đó sao?
Don't you like to work there?

(b) Em nghĩ thế sao?
Do you really think so?

(c) Còn tiền lương thì sao?
And what about the salary?

Từ nghi vấn ở cuối câu dùng để biểu thị ý ngạc nhiên, hỏi lại cho rõ, VD (a), (b). Để hỏi về tính chất của sự việc, có thể dùng "thì sao", VD (c).
"Sao" is an interrogative word, placed at the end of the sentence to express surprise, and request confirmation of information (Ex. a, b). We can use "thì sao" to ask about an additional matter (Ex. c).

2. Lại

(a) Có chỗ làm tốt nhưng anh ta lại muốn đi làm ở chỗ khác.
He has a good job, but he wants to work at another place.

(b) Sao em lại nghĩ như thế?
Why do you think like that?

Phó từ biểu thị tính chất trái với lẽ thường hay trái với sự mong đợi của người nói (thường dùng với từ nghi vấn "sao").
"Lại" is an adverb, used to indicate something unusual, abnormal or different from what is expected by the speaker. It is often used with the interrogative word "sao".

Bài 10: Tôi không còn làm ở đó nữa.

3. Mặc dù... nhưng...

(a) Mặc dù làm việc ở đó lương cao nhưng cô ấy không thích.
Although she is very well paid there, she does not like it.

(b) Anh ấy vẫn chưa tìm được việc làm, mặc dù có bằng Cử nhân Kinh tế và bằng C tiếng Anh.
He has not yet found a job, even though he has a B.A. in Economics and a C-level certificate in English.

Kết cấu biểu thị quan hệ nghịch nhân-quả. Kết quả nêu ra sau "nhưng" trái với điều kiện được nêu, nhằm nhấn mạnh ý nghĩa sự việc dù sao vẫn xảy ra. Có thể đặt "mặc dù ..." ở sau mệnh đề chỉ kết quả. Trong trường hợp này, "nhưng" được lược bỏ, VD (b).
This structure expresses a surprising result in a cause-and-effect relationship. The actual situation after "nhưng" is the opposite of the expected result. It emphasizes that "the fact happens anyway". We can use "mặc dù…" after the result clause. In this case, "nhưng" can be omitted (Ex. b).

BÀI 11
ÔNG ẤY LÀ NGƯỜI NHƯ THẾ NÀO?

▶ Cách nói về nhân dạng
▶ Tổ hợp: *không ai, không gì, không đâu, không… nào*
▶ Kết cấu: *vừa … vừa …*

1. Hội thoại

Ở phòng tiếp tân khách sạn.

Tiếp tân: Chào anh. Xin lỗi, anh cần gì ạ?
Nam: Tôi muốn tìm một người quen đang ở khách sạn này.
Tiếp tân: Thế, tên người ấy là gì ạ?
Nam: Ồ, xin lỗi. Tôi không nhớ tên ông ấy.
Tiếp tân: Anh có biết ông ấy ở phòng số mấy không?
Nam: Xin lỗi. Tôi cũng quên số phòng của ông ấy rồi.
Tiếp tân: Vừa không nhớ tên vừa không nhớ số phòng... Vậy ông ấy người như thế nào?
Nam: Ông ấy khoảng 40 tuổi, cao, hơi mập, mắt xanh ...
Tiếp tân: Tóc vàng, phải không?
Nam: Dạ, phải. Ông ấy rất vui tính. Ông ấy thường vừa đi vừa huýt sáo. Có lẽ không ai vui tính bằng ông ấy.
Tiếp tân: Có phải tên ông ấy là Andy Peter không?
Nam: Dạ, phải. Phải rồi.
Tiếp tân: Ông ấy ở phòng 108. Anh đợi một chút nhé.
Nam: Dạ, cám ơn cô nhiều. Chà, có lẽ không đâu sang trọng bằng khách sạn này. Và có lẽ không người nào dễ chịu bằng cô.
Tiếp tân: Xin cám ơn lời khen của anh. Đối với chúng tôi, không gì vui bằng những lời khen của khách.

Dựa vào bài hội thoại, trả lời các câu hỏi sau:

1. Nam có nhớ tên và số phòng của người mà anh muốn gặp không?
2. Ông ấy người như thế nào?
3. Tính tình của ông ấy như thế nào, theo Nam?
4. Theo Nam, thái độ của cô tiếp tân như thế nào?
5. Vì sao lời khen của Nam làm cô tiếp tân vui?

Bài 11: Ông ấy là người như thế nào?

2. Thực hành nói

2.1 **Thay thế những từ màu xanh trong các mẫu câu sau đây bằng các từ cho sẵn bên dưới:**

A. Ông ấy người như thế nào?
   a. bà ấy
   b. cậu bé ấy
   c. người phụ nữ trong ảnh này
   d. người đàn ông mà cô đã gặp hôm qua

B. Ông ấy khoảng 40 tuổi, cao và hơi mập.
   a. 50 tuổi, cao, hơi gầy
   b. 70 tuổi, thấp, rất béo
   c. 40 tuổi, hơi lùn, rất ốm
   d. trên 50 tuổi, hơi thấp, rất béo

C. Có lẽ không ai vui tính bằng ông ấy.
   a. tốt bụng, anh ấy
   b. thông minh, cô sinh viên ấy
   c. vừa đẹp người vừa đẹp nết, cô gái ấy
   d. khó chịu, ông già ở bên cạnh nhà tôi

D. Ông ấy thường vừa đi vừa huýt sáo.
   a. ăn sáng, đọc báo
   b. làm việc, nghe nhạc
   c. ăn tối, xem ti vi
   d. lái xe, gọi điện thoại di động

E. Không đâu sang trọng bằng khách sạn này.
   a. thoải mái, nhà của mình
   b. vui, ở đây
   c. đắt, khách sạn đó
   d. rẻ và ngon, tiệm ăn ấy

F. Không người nào dễ chịu bằng cô.
   a. cao, anh thanh niên ấy
   b. khỏe, người đàn ông ấy
   c. có đôi mắt to và đẹp, cô tiếp tân ấy
   d. cao to, người đàn ông mà tôi vừa mới gặp

G. Không gì vui bằng những lời khen của khách.
   a. buồn, lúc không có tiền
   b. hạnh phúc, có sức khỏe tốt
   c. khó chịu, đi du lịch với một người ích kỷ
   d. dễ chịu, nói chuyện với một người vừa thông minh vừa vui tính

Bài 11: Ông ấy là người như thế nào?

2.2 Nhìn vào hình và thực tập miêu tả người, theo mẫu dưới đây:

1. Cô ấy là một cô gái ....
....
....

2. Anh ấy là một thanh niên ....
....
....

3. Ông ấy là một người đàn ông ....
....
....

2.3 Hãy miêu tả một trong những người thân của bạn:
(cha, mẹ, anh chị em, bạn trai...)

2.4 Hãy nói thử xem bạn giống cha hay mẹ? Bạn giống cha và mẹ ở những điểm nào?

3. Từ vựng

3.1 Điền từ thích hợp vào chỗ trống:

> còn / không ai / hai mí / mặc dù / cao / trắng / và / phóng viên

Tôi là ...., còn vợ tôi là nội trợ. Tôi và vợ tôi đều 40 tuổi. Chúng tôi có 2 con: một con trai và một con gái. Con trai lớn của tôi năm nay 17 tuổi, ... con gái út 15 tuổi. Tôi .... con gái tôi da hơi đen, người thấp, mũi tẹt, miệng rộng, mắt một mí. Còn vợ tôi và con trai tôi thì người ...., da ...., mũi thẳng, miệng nhỏ, mắt .... Đối với tôi, con gái tôi .... không đẹp như mẹ nhưng nó dễ thương .... bằng.

Bài 11: Ông ấy là người như thế nào?

3.2 Xem ảnh, điền từ thích hợp vào chỗ trống bên cạnh ảnh:

4. Thực hành nghe

4.1 Mai mới bị giật túi xách. Cô đến trụ sở Công an phường để báo. Nghe hội thoại giữa Mai và người cảnh sát, sau đó trả lời câu hỏi:

1. Người giật túi xách của Mai là đàn ông hay đàn bà?
2. Có ai đuổi theo kịp người đó không?
3. Người đó rất gầy, phải không?
4. Người đó cao hay thấp?
5. Tóc người đó dài hay ngắn?

4.2 Nghe thông báo tìm trẻ lạc sau đây và trả lời câu hỏi:

1. Em bé đi lạc tên gì?
2. Em bé ấy mấy tuổi?
3. Khi đi lạc, em bé ấy mặc áo gì? Màu gì?
4. Tóc của em dài hay ngắn?
5. Địa chỉ của em bé ấy ở đâu?

5. Thực hành viết

5.1 Tìm chỗ sai trong câu và viết lại cho đúng:

1. Trong lớp tôi, ai không cao bằng anh ấy.
   ....

2. Đối với ông ấy, đâu không đẹp bằng quê hương.
   ....

3. Sáng nay tôi nói chuyện với không người nào cả.
   ....

4. Ông ấy là một người mà không ai nào muốn làm quen.
   ....

5. Gì vui không bằng được gặp lại bạn cũ.
   ....

6. Không buồn bằng gì phải chia tay với bạn thân.
   ....

5.2 Dùng *không + ai / đâu / gì / nào* điền vào chỗ thích hợp:

VD: Ở đây .... biết anh ấy mặc dù anh ấy rất nổi tiếng.

→ Ở đây *không ai* biết anh ấy mặc dù anh ấy rất nổi tiếng.

1. Tôi đã tìm cả chợ nhưng .... bán túi xách loại đó.
2. Anh ấy đã đi du lịch khắp nơi nhưng .... anh ấy thích bằng ở đây.
3. Mặc dù anh ấy cố gắng giải thích nhiều lần nhưng .... hiểu anh ấy muốn nói gì.
4. .... là không có lỗi lầm.
5. Anh ấy luôn luôn nói với cô ấy: "................... đẹp bằng em. .... yêu em bằng anh."
6. Theo cô ấy .... thích bằng được uống cà phê với bạn bè vào sáng chủ nhật.
7. Cô ấy là sinh viên học chăm nhất lớp tôi. .... ngày .... cô ấy nghỉ học.

Bài 11: Ông ấy là người như thế nào?

5.3 Hoàn thành các câu sau đây:

1. Đối với anh ấy, không ai..
2. Cô ấy thường nói rằng không gì...
3. Anh có nghĩ rằng không đâu..?
4. Ông ấy...
5. Không khách sạn nào...
6. Theo tôi, không gì..

5.4 Một người phụ nữ (đàn ông) đẹp theo bạn phải là người như thế nào?

6. Bài đọc

CÁI NẾT ĐÁNH CHẾT CÁI ĐẸP

Gia đình tôi có 5 người: ba mẹ tôi, hai chị gái và tôi. Tôi là con gái út trong gia đình. Ba tôi mong có một con trai. Vì vậy, ông hơi thất vọng khi mẹ tôi sinh tôi.

Mẹ tôi đẹp. Khi là học sinh trung học, bà là nữ sinh đẹp nhất trường.

Hai chị gái của tôi rất giống mẹ: cao, mắt đen và to, dáng người thon thả, mũi cao, miệng nhỏ, môi đỏ tự nhiên. Còn ba tôi thì vừa xấu vừa mập. Nhưng ba tôi vui tính và tốt bụng, ông luôn luôn cởi mở và hay giúp mọi người.

Càng lớn tôi càng giống ba tôi. Mẹ tôi hay nói có lẽ tôi sẽ ế chồng. Vậy mà... Cuộc đời có nhiều điều không thể hiểu được. Tôi mới lập gia đình hai tuần trước. Chồng tôi đẹp trai và tốt bụng. Có nhiều cô gái đẹp si mê anh nhưng anh yêu và chọn tôi. Tôi hạnh phúc quá. Trước đây, ba tôi hay nói với tôi khi thấy tôi buồn: "Đừng buồn con. Cái nết đánh chết cái đẹp". Tôi đã không tin vào những điều ba tôi nói vì tôi nghĩ ba tôi chỉ muốn an ủi tôi. Nhưng bây giờ tôi nghĩ là ba tôi nói đúng.

1. Tại sao bố cô ấy hơi thất vọng khi cô ấy ra đời?
2. Mẹ cô ấy người như thế nào?
3. Cô ấy giống bố hay giống mẹ?
4. Tại sao mẹ cô ấy hay nói cô ấy sẽ ế chồng?
5. Theo bạn, tại sao chồng cô ấy chọn cô ấy mà không chọn những cô gái trẻ, đẹp khác?
6. Bạn có đồng ý với câu tục ngữ "Cái nết đánh chết cái đẹp" không? Tại sao?

Bài 11: Ông ấy là người như thế nào?

7. Ghi chú

1. Không ai / Không gì / Không đâu / Không...nào...

(a) Không ai đến thăm tôi cả.
   Nobody came to see me.
(b) Không đâu đẹp bằng quê hương của mình.
   No place is as beautiful as my homeland.
(c) Không gì vui bằng có anh ở bên cạnh.
   Nothing is as pleasurable as when I have you beside me.
(d) Không người nào hiểu tôi!
   No one understands me.
(e) Không ngày nào cô ấy vắng mặt.
   She is never absent.

Các tổ hợp này được thành lập bằng cách ghép từ phủ định "không" với một đại từ phiếm chỉ như "ai", "gì", "nào", "đâu", "bao giờ"... để chỉ ý phủ định hoàn toàn (đối với điều được nêu ra sau đại từ phiếm chỉ). Lưu ý: Trước "nào" phải có một danh từ, VD (d), (e).
These word clusters are formed with the negative word "không" and an indefinite pronoun such as "ai", "gì", "nào", "đâu", or "bao giờ", to indicate the absolute negation of what follows the interrogative pronoun. Note: "nào" must be preceded by a noun (Ex. d, e).

2. Vừa ... vừa ...

(a) Ông giám đốc đó vừa khó tính vừa không có khả năng.
   That director is both difficult to please and unskilled.
(b) Nhà hàng này vừa ngon vừa rẻ.
   This restaurant is good and cheap.
(c) Nó vừa đi về nhà vừa khóc.
   He is crying while walking home.
(d) Nó thích vừa học vừa xem ti-vi.
   He likes to study and watch television at the same time.

Biểu thị hai sự việc cùng xảy ra hoặc hai tính chất cùng tồn tại, VD (a), (b). Lưu ý: Trong tiếng Việt, khi có hai hành động cùng xảy ra, hành động nền thường được nói đến trước, VD (c), (d).
This structure indicates two actions which happen at the same time or two qualities that co-exist (Ex. a,b). Note: In the Vietnamese language, when two actions are in progress, the "background" action is usually mentioned first (Ex. c,d).

BÀI 12
MẶC DÙ KHÔNG CÓ NHIỀU THỜI GIAN NHƯNG ...

▶ Ôn lại cách nói về nhà cửa, công việc, thói quen, sở thích, nhân dạng
▶ Ôn lại các kết cấu: *thì ... thì ... ; càng ... càng ...; vừa ... vừa ...*
▶ Phân biệt: *các / những; ngoài ra / trừ; mặc dù ... nhưng ... / tuy ... nhưng ...*

1. Hội thoại

Bội Lan là một diễn viên điện ảnh trẻ. Cô đang trả lời phỏng vấn của một phóng viên:

Phóng viên: Bội Lan thích đọc báo gì?

Bội Lan: Lan thích đọc báo Phụ Nữ. Ngoài ra, Lan còn là độc giả của tờ Thanh Niên và tờ Tuổi Trẻ.

Phóng viên: Vâng, báo Phụ Nữ thì có nhiều bài viết dành cho giới nữ, còn báo Thanh Niên và Tuổi Trẻ thì có nhiều tin tức thời sự, đúng không? Thế, Lan đọc báo vào lúc nào?

Bội Lan: Vào buổi sáng. Lan thường vừa ăn sáng vừa đọc báo.

Phóng viên: Còn phim, Bội Lan thích xem những loại phim gì?

Bội Lan: Lan thích xem tất cả các loại phim, trừ phim kinh dị.

Phóng viên: Bội Lan có thích nấu ăn không?

Bội Lan: Dạ, thích. Mặc dù không có nhiều thời gian nhưng Lan rất thích tự mình nấu ăn.

Phóng viên: Nhiều người nói Bội Lan là một trong những diễn viên vừa đẹp vừa có tài. Vậy thì, theo Bội Lan, sắc đẹp có phải là điều quan trọng nhất đối với một nữ diễn viên không?

Bội Lan: Ồ, Lan nghĩ sắc đẹp không phải là tất cả.

Dựa vào bài hội thoại, trả lời các câu hỏi sau:

1. Cô Bội Lan chỉ thích đọc báo Phụ Nữ thôi phải không?
2. Nội dung của mỗi tờ báo có gì khác nhau không?
3. Mỗi buổi sáng Bội Lan thường làm gì?
4. Cô Bội Lan không thích xem loại phim gì?
5. Cô Bội Lan cho rằng có sắc đẹp là có tất cả, phải không?

Bài 12: Mặc dù không có nhiều thời gian nhưng...

2. Thực hành nói

2.1 Một số ứng viên mới tìm được việc làm tại các công ty. Theo bạn công việc mới và mức lương họ nhận có tương xứng với khả năng của họ không? Vì sao? Bạn có đề nghị gì không?

ĐỖ TUẤN	NGUYỄN THỊ ĐỨC MAI
Trung cấp vi tính, có chứng chỉ thư ký giám đốc, Anh văn trình độ B, có kinh nghiệm về giảng dạy vi tính, vừa được công ty Thông Minh tuyển vào vị trí thư ký giám đốc, lương 5 triệu đồng/tháng.	Văn hóa 12/12, chứng chỉ B Anh văn, sơ cấp Pháp văn, bằng B vi tính, có kinh nghiệm bán hàng, hiện là kế toán của công ty Thái Thái, lương 4 triệu 500 ngàn đồng/tháng.
LÂM THỊ TUYẾT	**PHAN QUỲNH NHƯ**
Tốt nghiệp Đại học Kinh Tế chuyên ngành Ngoại thương, biết Anh văn, có kinh nghiệm về kế toán vừa được Công ty Sản xuất Đồ chơi MM nhận vào làm nhân viên tiếp thị, lương: 5 triệu 500 ngàn đồng/tháng.	Cử nhân Luật, chứng chỉ C Anh văn, hiện đang làm việc tại Văn phòng Tư vấn Luật, lương: 6 triệu rưỡi/tháng.

2.2 Bạn muốn thuê một căn nhà để sống ở Thành phố Hồ Chí Minh trong 2 năm. Bạn sẽ chọn căn nhà nào? Tại sao?

QUẬN 6	QUẬN 1
Nhà cho thuê nguyên căn, 1 trệt, 1 lầu. DTSD 92m2. Có cửa kiếng, gạch men, cửa sắt, sân nhỏ đủ để xe. Hẻm rộng, xe hơi vào được. Điện + nước + điện thoại đầy đủ. Liên hệ: cô Mai, ĐT: 8225009.	Cần cho thuê nhà nguyên căn mặt tiền ở gần trung tâm Quận 1, nhà đẹp, DT: 3m x10m, khu yên tĩnh, an ninh, có giấy phép cho người nước ngoài thuê. Giá 10.000.000/tháng. Mọi chi tiết xin liên hệ ĐT: 8229390

Bài 12: Mặc dù không có nhiều thời gian nhưng...

2.3 Dưới đây là những điều mà họa sĩ Nguyễn Việt Hải thích và không thích. Còn bạn thì thế nào?

Họ và tên: Nguyễn Việt Hải
Tuổi: 34
Nghề nghiệp: họa sĩ

Thích:
- màu đen, đỏ, xám, nâu.
- bia, rượu, cà phê, thuốc lá, trà.
- phim, nhạc pop - rock, sách.

Không thích:
- màu tím, thịt, nước ngọt

3. Từ vựng

Viết thêm từ vào các nhóm dưới đây:

a. Nhà cửa: cao ốc, ...
....

b. Sở thích: xem phim, ...
....

c. Thói quen: dậy sớm, ...
....

d. Nhân dạng: tóc dài, ...
....

4. Thực hành nghe

4.1 Nam gặp Bình trên đường. Nghe cuộc nói chuyện của họ, sau đó trả lời các câu câu hỏi:

a. Bình làm việc ở đâu?
b. Bao giờ Bình đến nhà Nam chơi?
c. Nam chuyển nhà bao lâu rồi?
d. Nhà mới của Nam bây giờ ở đâu?

Bài 12: Mặc dù không có nhiều thời gian nhưng...

4.2 Tom muốn tìm nhà cho thuê. Anh ấy hỏi một người bạn tên là Dũng. Nghe hội thoại giữa Tom và Dũng, sau đó trả lời câu hỏi:

a. Tom muốn thuê nhà như thế nào?
b. Tom muốn ở gần hay xa trung tâm thành phố?
c. Những căn nhà mà Tom đã đến xem như thế nào?
d. Căn nhà mà Dũng giới thiệu cho Tom giá khoảng bao nhiêu một tháng?

5. Thực hành viết

5.1 Điền *các*, *những* vào chỗ trống thích hợp:

1. Cô ấy chỉ làm .... gì cô ấy thích.
2. Mười hai giờ đêm, tất cả .... quán cà phê ở khu phố này đều đóng cửa.
3. Chị ấy rất thích .... bài hát viết về quê hương.
4. Hôm qua .... anh đã gặp .... ai?
5. Vào thứ bảy và chủ nhật, ... công viên thường rất đông.
6. Mấy tháng nay .... khách sạn đều giảm giá.
7. .... nhân viên trong khách sạn này đều mến Thomas vì anh rất vui tính.

5.2 Điền *ngoài ra* hoặc *trừ* vào chỗ trống thích hợp:

1. Phim nào tôi cũng thích xem, ... phim kinh dị.
2. Bà ấy có hai căn nhà ở Quận 3. .... bà ấy còn có một ngôi biệt thự ở Đà Lạt.
3. Chị ấy nói giỏi tiếng Pháp. .... chị ấy còn nói giỏi tiếng Trung Quốc nữa.
4. Chuyện ấy cả công ty ai cũng biết, ... ông ấy.
5. Cô ấy đã được nhận vào làm việc ở công ty du lịch. .... Báo Thanh Niên cũng nhận cô ấy làm cộng tác viên.
6. Các cô gái Hưng quen đều thích đi mua sắm, ... Nga.

5.3 Điền *không* hoặc *không phải* vào chỗ trống thích hợp:

1. .... ngày nào tôi cũng thức dậy trễ.
2. .... phim nào làm nó thích.
3. .... nhà hàng nào cũng vừa ngon vừa rẻ.
4. .... sáng nào anh ấy không uống cà phê.
5. .... cô gái nào cũng thích để tóc dài.
6. .... cô gái nào chịu được tính ích kỷ của em trai tôi.

5.4 Đặt câu theo các gợi ý sau *(dùng kết cấu vừa ... vừa ... hoặc tuy... nhưng...)*:

1. đẹp / thông minh

   ....

2. ăn tối / xem ti vi

   ....

3. tốt / rẻ

   ....

4. nhiều / ngon

   ....

5. đẹp người / đẹp nết

   ....

6. cười / nói

   ....

7. chật / rộng

   ....

8. yên tĩnh / gần

   ....

Bài 12: Mặc dù không có nhiều thời gian nhưng...

5.5 Dùng kết cấu *... thì... thì... hoặc ... vừa... vừa...* viết lại các câu sau:

1. Ông ấy có thói quen đọc báo và nghe nhạc cùng một lúc.

   ....

2. Phóng viên hỏi và ghi chép những câu trả lời của cô diễn viên đó.

   ....

3. Có hai người đến khách sạn tìm ông Kim. Một người nói được tiếng Việt, còn người kia chỉ nói được tiếng Hàn Quốc.

   ....

4. Nhà cũ gần trường nhưng quá ồn. Nhà mới thuê yên tĩnh nhưng đi bằng xe máy mất đến 45 phút.

   ....

5. Phòng Thu mát, đẹp, thoáng và đầy đủ tiện nghi.

   ....

6. Vợ Nam thích xem cải lương. Còn Nam thích xem bóng đá.

   ....

5.6 Đặt câu theo các gợi ý sau *(dùng kết cấu **mặc dù... nhưng...**)*:

1. nhỏ / rất tiện nghi

   ....

2. rất cố gắng / thường đến lớp muộn

   ....

3. không đẹp trai / được nhiều cô gái thích

   ....

4. không có nhiều tiền / thường đi du lịch nước ngoài

   ....

5. tốt nghiệp Đại học Luật / muốn trở thành hướng dẫn viên du lịch

   ....

6. không thích có nhiều bạn bè / vẫn mời các đồng nghiệp mới đến nhà ăn tối

   ....

5.7 Hoàn thành các câu sau đây:

a. Ông ấy thường cho rằng không đâu ....

b. Anh ấy nghĩ rằng không ai ....

c. Theo tôi, không gì ....

d. Đối với cô ấy, không gì ....

e. Không ai ....

f. Không đâu ....

5.8 Theo các gợi ý bên dưới, dùng kết cấu *mặc dù... nhưng...* để viết thành câu hoàn chỉnh:

1. rất tiện nghi

   ....

2. thường đến lớp muộn

   ....

3. được nhiều cô gái thích

   ....

4. không có nhiều tiền

   ....

5. muốn trở thành hướng dẫn viên du lịch

   ....

6. hơi thấp

   ....

7. công việc mới hợp chuyên môn

   ....

Bài 12: Mặc dù không có nhiều thời gian nhưng...

5.9 **Hãy viết về thói quen của mình.** *(Dùng không bao giờ, luôn luôn, thỉnh thoảng, ít khi, thường...)*:

1. Thức dậy sớm: ....

2. Đi ngủ trễ: ....

3. Ăn sáng ở nhà: ....

4. Ăn trưa ở tiệm: ....

5. Uống bia: ....

6. Hút thuốc: ....

7. Xem phim: ....

8. Chơi bóng đá: ....

9. Đi thăm bạn: ....

5.10 **Hãy viết về một công việc mà bạn dự định sẽ làm trong tương lai.**

6. Bài đọc

MỘT ĐÁM CƯỚI VIỆT NAM

Đây là một đám cưới Việt Nam. Mọi người đang đứng trước nhà của chú rể để chụp hình. Hôm nay chú rể mặc áo vét màu xám. Anh ấy đeo cà vạt màu xanh lơ và cài một bông hồng màu trắng. Có lẽ đây là lần đầu tiên anh ấy mặc áo vét nên trông anh không được tự nhiên lắm. Anh ấy còn có vẻ hơi mệt mỏi nữa. Còn cô dâu mặc áo dài màu vàng. Cô ấy đang ôm một bó hoa hồng. Trông cô thật xinh đẹp, duyên dáng trong bộ áo cưới.

Người phụ nữ đứng bên cạnh chú rể là mẹ của chú rể. Người đàn ông đứng bên cạnh mẹ chú rể là cha của chú rể. Còn người đàn ông đứng bên cạnh cô dâu là cha của cô dâu. Người phụ nữ đứng bên cạnh ông ấy là mẹ của cô dâu. Bà trông hãy còn khá trẻ.

Các bạn hãy nhìn cô dâu và chú rể. Cả hai đang cười rất hạnh phúc vì hôm nay là ngày vui nhất của họ. Sau khi chụp hình xong, cha của chú rể sẽ nói vài điều gì đó để cảm ơn mọi người. Sau đó, cô dâu chú rể sẽ đến mỗi bàn để chào khách. Mọi người sẽ chúc cô dâu và chú rể trăm năm hạnh phúc. Hôm nay chú rể sẽ uống nhiều rượu. Cô dâu cũng uống nhưng chỉ một chút thôi. Hôm qua, cô dâu đã khóc rất nhiều khi từ giã ba mẹ. Nhưng bây giờ cô ấy đang cười rất hạnh phúc. Ngày mai hai vợ chồng mới sẽ đi Đà Lạt để hưởng tuần trăng mật. Họ sẽ ở đó khoảng một tuần.

Bài 12: Mặc dù không có nhiều thời gian nhưng...

7. Ghi chú

1. Các / Những

(a) Các bạn đang sống ở đâu?
Where are you living now?

(b) Tất cả các ngôi nhà ở đây đều được xây dựng từ trước năm 1930.
All of these houses here were build before 1930.

(c) Những người vô gia cư rất cần được giúp đỡ.
Homeless people are in great need of help.

"Các" và "những" đều là lượng từ dùng trước danh từ/ danh ngữ. "Các" để chỉ số lượng nhiều được xác định, bao gồm tất cả các sự vật muốn nói đến; còn "những" dùng để chỉ số lượng nhiều, không xác định.

"Các" and "những" are quantifiers, placed before a noun or a noun phrase. "Các" is used to indicate definite quantity (all things are included in what is being referred to). "Những" is used to indicate an indefinite quantity.

2. Tuy … nhưng / Mặc dù … nhưng …

(a) Gia đình họ tuy nghèo nhưng hạnh phúc. (lẽ ra họ không thể hạnh phúc)
Although their family is poor they are happy. [We would think they would have been unhappy]

(b) Mặc dù làm việc ở đó lương cao nhưng cô ấy không thích. ("không thích" là kết quả trái ngược với điều kiện là "lương cao")
Although she is very highly paid there, she does not like it ["not like" is a result which is contrary to the condition "highly paid"]

Hai kết cấu này đều biểu thị quan hệ nghịch nhân-quả. "Tuy… nhưng" biểu thị ý sự việc đáng lẽ không thể xảy ra nhưng vẫn xảy ra. Còn "mặc dù… nhưng…" biểu thị ý kết quả trái ngược với điều kiện được nêu (nhằm nhấn mạnh ý nghĩa sự việc dù sao vẫn xảy ra). *These two structures express a surprising result in a cause-and-effect relationship. "Tuy… nhưng…" expresses that the thing which we think would not happen, has happened anyway. Meanwhile, "mặc dù… nhưng…" expresses a result that is contrary to the situation, in order to emphasize that "the fact has happened anyway".*

3. Ngoài ra / Trừ

(a) Anh ấy học tiếng Anh, tiếng Pháp. Ngoài ra, anh ấy còn học tiếng Hàn Quốc.
He studies English and French. Besides that, he also studies Korean.

(b) Cô ấy mời tất cả mọi người, trừ tôi.
She invited everybody except me.

Tổ hợp "ngoài ra" biểu thị ý ngoài điều vừa được nói đến là chính, còn có cái khác nữa ("ngoài ra" thường dùng ở đầu câu). Liên từ "trừ" biểu thị ý để riêng ra, không tính đến, không nói đến. *The word cluster "ngoài ra" expresses that, in addition to what has just been referred to, there is something else. ("Ngoài ra" is usually placed at the beginning of the sentence). The conjunction "trừ" expresses what is excluded.*

PHỤ LỤC 1
🎧 NỘI DUNG PHẦN NGHE

Bài 1

4.1 Ở chợ Bến Thành

Người bán:	Mua cam đi cô. Cam này ngon lắm.
Người mua:	Bao nhiêu một chục vậy, bà?
N.b. :	Ba mươi ngàn một chục.
N.m. :	Hả? Bao nhiêu?
N.b. :	Ba mươi ngàn đồng.
N.m. :	Đắt quá! Mười lăm ngàn, được không? Cô
N.b. :	có mua nhiều không?
N.m. :	Cháu mua hai chục.
N.b. :	Hai chục hả? Thôi, được. Tôi bán cho cô.
N.m. :	Cháu ăn thử được không ạ?
N.b. :	Dạ, được chứ. Mời cô ăn thử.

4.2 Ở cửa hàng quần áo

Người bán:	Chào cô. Cô mua gì ạ?
Lan:	Tôi muốn mua một cái áo sơ mi.
Người bán:	Cô thích màu nào? Màu xanh hay màu trắng? Màu
Lan:	xanh. Tôi muốn xem thử cái áo xanh kia. Vâng.
Người bán:	Đây, mời cô xem.
Lan:	Bao nhiêu tiền cái áo này vậy, chị?
Người bán:	Dạ, sáu chục ngàn đồng.
Lan:	Tôi mặc thử được không?
Người bán:	Dạ, được chứ. Mời cô.

Bài 2

4.1 Tại phòng mạch

Bác sĩ: Cô ngồi xuống đi. Cô bị bệnh gì?
Bệnh nhân: Dạ, em bị đau đầu quá. Và đau bụng nữa. Em bị đau đầu và đau bụng từ tối hôm qua.
Bác sĩ: Hôm qua, cô có làm gì, ăn gì không?
Bệnh nhân: Dạ, thưa không. Sáng hôm qua em chỉ đi Thủ Đức ăn nem. Buổi chiều đi Thanh Đa ăn cháo.
Bác sĩ: À, tôi hiểu rồi.
Bệnh nhân: Em có làm sao không, bác sĩ?
Bác sĩ: Không sao. Bệnh của cô nhẹ thôi.

4.2 Ở văn phòng, Lan và Mai nói chuyện với nhau

Lan: Hôm nay trông chị có vẻ mệt. Chị bị bệnh phải không, chị Mai?
Mai: Vâng. Tôi bị cảm từ chiều hôm qua.
Lan: Chị đã uống thuốc chưa?
Mai: Rồi. Tôi đã uống 4 viên thuốc cảm rồi.
Lan: Bây giờ chị thấy trong người thế nào? Tôi
Mai: thấy hơi chóng mặt một chút.
Lan: Chị nghỉ một chút đi.
Mai: Cảm ơn chị. Ôi, buồn ngủ quá! Ông giám đốc đã về hay còn ở trong phòng, hả chị?

Bài 3

4.1 Park gọi điện thoại đến Khoa Việt Nam học. Nghe cuộc nói chuyện giữa anh ấy và cô thư ký, sau đó trả lời câu hỏi:

Park: Alô. Xin lỗi, có phải Khoa Việt Nam học đấy không ạ?
Thư ký: Vâng, anh cần gì ạ?
Park: Tôi muốn gọi điện cho thầy Nam để xin phép vắng mặt. Cô có biết điện thoại của thầy Nam số mấy không ạ?
Thư ký: Xin anh chờ một chút. Alô, điện thoại của thầy Nam số 8507361.
Park: 8-5-0-7-3-6-1, phải không ạ?
Thư ký: Vâng, đúng rồi.
Park: Dạ, xin cám ơn cô.

Phụ lục 1: Nội dung phần nghe

4.2 **Nghe cuộc nói chuyện qua điện thoại giữa một người đàn ông và nhân viên tiếp tân khách sạn, sau đó trả lời câu hỏi:**

Tiếp tân: A lô, Khách sạn Hướng Dương xin nghe.
John: Dạ, cô làm ơn cho nói chuyện với ông Bình, phòng 309.
Tiếp tân: Vâng, xin ông vui lòng đợi một chút... A lô, ông Bình không có ở trong phòng. Hình như ông ấy vừa mới đi ra ngoài. Ông có nhắn gì không ạ? Xin lỗi.
John: Xin cô nói lại một lần nữa.
Tiếp tân: Ông-có-nhắn-gì-không?
John: Dạ, có. Cô làm ơn nói với ông Bình là vì bận nên chiều nay tôi không gặp ông ấy được.
Tiếp tân: Vâng, tôi sẽ nhắn lại. Nhưng mà tên ông là gì?
John: Ồ, xin lỗi. Tôi tên là John, John Murphy.
Tiếp tân: Xin cảm ơn ông. Xin chào ông.

Bài 4

4.1 **John và Lâm nói chuyện với nhau về Huế.**

John: Anh đã đi Huế bao giờ chưa, anh Lâm?
Lâm: Rất nhiều lần. Vì quê nội tôi ở Huế.
John: Thế à? Nghe nói Huế đẹp lắm, phải không?
Lâm: Vâng. Huế rất đẹp. Ở Huế có nhiều di tích văn hóa, lịch sử nổi tiếng.
John: Tôi định hè này sẽ đi du lịch ở Huế.
Lâm: Nếu anh đến Huế, tôi sẽ giới thiệu anh với các bạn của tôi ở đó. Tôi có nhiều bạn ở Huế lắm.
John: Ồ, thế thì tốt quá. Cám ơn anh nhiều.

4.2 **Xuân chuẩn bị đi du lịch ở Thái Lan.**

Thanh: Nghe nói chị sắp đi du lịch nước ngoài, phải không, chị Xuân?
Xuân: Vâng. Thứ bảy tuần sau tôi sẽ đi Thái Lan.
Thanh: Ồ, thích quá nhỉ! Thế, chị sẽ ở Thái bao lâu?
Xuân: Năm ngày. Tôi muốn ở lâu hơn nhưng không có đủ tiền. Còn chị, chị đã đi Thái Lan bao giờ chưa, chị Thanh?
Thanh: Chưa. Tôi rất muốn đi Thái Lan du lịch nhưng chồng tôi không thích. Anh ấy chỉ muốn đi du lịch Nha Trang hay Đà Lạt thôi.

Bài 5

4.1 Tùng gọi điện thoại đến Khách sạn Quê Hương đăng ký phòng.

Tiếp tân: Alô, Khách sạn Quê Hương xin nghe.
Tùng: Alô, tôi muốn thuê một phòng. Cô làm ơn cho tôi hỏi: Giá phòng bao nhiêu một đêm?
Tiếp tân: Ông muốn thuê phòng loại nào ạ? Phòng đơn hay phòng đôi?
Tùng: Phòng đơn.
Tiếp tân: Dạ, phòng đơn giá 500.000 một đêm.
Tùng: Cô cho tôi thuê một phòng đơn. Chiều mai tôi sẽ đến.
Tiếp tân: Vâng. Ông sẽ ở mấy đêm ạ?
Tùng: Hai đêm.
Tiếp tân: Thưa, hai đêm, phải không ạ? Xin lỗi, ông tên gì ạ?
Tùng: Tùng. Nguyễn Thanh Tùng.

4.2 Vợ chồng Tân bàn chuyện đi Vũng Tàu nghỉ mát.

Tân: Nóng quá. Tuần sau mình đi Vũng Tàu nghỉ mát đi, em.
Vợ Tân: Vâng, cũng lâu rồi chúng ta chưa đi Vũng Tàu. Thế, anh định đi ngày nào?
Tân: Trưa thứ bảy đi, chiều chủ nhật về. Anh thích đi dạo ban đêm trên bãi biển. Tuyệt lắm.
Vợ Tân: Ở Vũng Tàu hai ngày à? Vậy, anh định ở khách sạn nào?
Tân: Chà... Để xem... Có lẽ lần này mình thuê phòng ở một khách sạn lớn, gần bãi biển.
Vợ Tân: Nhưng anh có biết ở khách sạn lớn bao nhiêu tiền một đêm không?
Tân: Anh không biết. Nghe nói mùa này ít du khách, giá khách sạn không đắt lắm.
Vợ Tân: Nhưng ít nhất cũng phải hơn ba trăm ngàn một đêm.
Tân: Ừ. Có lẽ khoảng trên ba trăm ngàn một đêm.
Vợ Tân: Đắt quá, anh à. Hay là mình chỉ đi trong ngày thôi, không phải thuê khách sạn?
Tân: Ừ nhỉ, có lẽ em nói đúng đấy. Lần này chúng ta chỉ đi một ngày thôi cũng được. Sang năm chúng ta sẽ ở lại Vũng Tàu ban đêm.

Bài 6

4.1 Ở một cửa hàng giày da và túi xách.

Người bán:	Mời cô vào. Cô mua giày phải không ạ? Tiệm chúng tôi có nhiều giày kiểu mới lắm. Mời cô xem thử.
Cô gái:	Dạ, không ạ. Tôi chỉ muốn xem mấy cái túi xách thôi.
Người bán:	Cô muốn xem túi xách nào?
Cô gái:	Cái màu nâu kia.
Người bán:	Dạ, đây. Mời cô xem thử.
Cô gái:	Cái này hơi nhỏ. Ở đây có túi xách nào to hơn cái này không, chị?
Người bán:	Dạ, có chứ. Mời cô xem thử cái này.
Cô gái:	Cái túi xách này giá bao nhiêu vậy, chị?
Người bán:	Dạ, 200.000 đồng.
Cô gái:	Mắc quá. 150.000, được không, chị?
Người bán:	Dạ, không được. Hay là cô lấy cái màu đen kia đi. Giá chỉ 145.000 thôi.
Cô gái:	Dạ, không, cám ơn chị. Tôi chỉ thích màu nâu thôi.

4.2 Hoàng gọi điện thoại đến Khách sạn Quê Hương để hỏi về giá thuê phòng.

Tiếp tân:	Alô, Khách sạn Quê Hương xin nghe.
Hoàng:	Alô, cô làm ơn cho hỏi: Phòng đơn giá bao nhiêu một đêm?
Tiếp tân:	Dạ, có ba loại giá: 500 ngàn, 700 ngàn và 1 triệu. Phòng nào cũng có ti vi, máy lạnh, tủ lạnh.
Hoàng:	Nhưng sao giá khác nhau vậy, cô?
Tiếp tân:	Dạ, nếu phòng rộng, đầy đủ tiện nghi thì giá là 1 triệu. Nếu phòng hẹp hơn, ít tiện nghi hơn thì giá rẻ hơn.
Hoàng:	À, tôi hiểu rồi.
Tiếp tân:	Dạ, xin lỗi, anh muốn đăng ký mấy đêm ạ?
Hoàng:	Ồ, không. Tôi hỏi giùm cho một người bà con. Đầu tháng sau ông ấy sẽ về nước.
Tiếp tân:	Vậy, khi nào ông ấy về nước, xin anh vui lòng giới thiệu ông ấy đến khách sạn chúng tôi nhé.

Bài 7

4.1 Hai người phụ nữ nói chuyện với nhau về bà Tuyết.

A : Chị biết bà Tuyết không?
B : Biết. Sao? Có chuyện gì?
A : Bà ấy mới mua một căn nhà ở đường Pasteur. Mới
B : mua nhà ở đường Pasteur? Giá bao nhiêu?
A : 300 cây vàng.
B : 300 cây vàng. Chà, bà ấy giàu quá nhỉ!
A : Bà ấy cũng mới vừa mua thêm một chiếc xe hơi nữa. Mới
B : mua thêm một chiếc xe hơi nữa à?
A : Chị biết chiếc xe đó giá bao nhiêu không?
B : Bao nhiêu?
A : 1,3 tỉ đồng.
B : 1,3 tỉ đồng?
A : Ừ. Chị biết không, bà ấy còn định mua thêm một căn nhà ở đường 3 Tháng 2 nữa đó.
B : Mua thêm một căn nhà nữa à?
A : Ừ. Bà ấy trả 250 cây vàng, nhưng người bán chưa đồng ý.
B : 250 cây vàng. Giàu kinh khủng!

4.2 Câu chuyện về ông Morita

Ông Morita là một trong những người giàu nhất nước Nhật. Tài sản của ông ấy hơn 10 tỷ đô-la Mỹ. Ông Morita là chủ của 5 ngân hàng lớn ở Anh, Pháp, Mỹ và Đức. Ông ấy có nhiều nhà cho thuê ở các thành phố lớn trên thế giới như New York, London, Paris... Ông Morita có 3 ngôi biệt thự: một ở Tokyo, một ở miền Nam và một ở miền Bắc nước Nhật.

Bài 8

4.1 Hồng đến chơi nhà Xuân, thấy Xuân buồn.

Hồng: Sao mắt em đỏ vậy, Xuân? Có chuyện gì buồn phải không?
Xuân: À . . . Không có gì cả. Chỉ là chuyện gia đình thôi.
Hồng: Chuyện gì vậy?
Xuân: Tối hôm qua chồng em không ngủ ở nhà.
Hồng: Sao vậy?

Phụ lục 1: Nội dung phần nghe

Xuân: Em và chồng em lại cãi nhau.
Hồng: Về chuyện gì?
Xuân: Em thì thích xem phim trên kênh 7. Còn chồng em thì thích xem bóng đá trên kênh 9. Mà nhà em thì chỉ có một cái ti vi.
Hồng: À, thì ra là vậy.
Xuân: Chị biết không, em với anh ấy càng ngày càng khác nhau nhiều hơn. Em thì thích phim tình cảm, nhạc nhẹ.... Còn anh ấy thì chỉ thích bóng đá, nhạc rock. Gần như ngày nào chúng em cũng cãi nhau.

4.2 Câu chuyện về ông Năm.

Trước đây ông Năm là tài xế xe tải. Nhưng bây giờ ông ấy không lái xe nữa vì ông ấy đã già. Ông ấy thường hay nhớ về quá khứ, khi ông ấy có thể làm tất cả mọi việc một cách dễ dàng. Khi nói chuyện, ông ấy thường bắt đầu bằng câu "Trước đây tôi...".

Và bây giờ ông ấy đang nói chuyện với một người bạn về quá khứ của mình: "Trước đây tôi có thể uống một lúc 10 hay 15 chai bia, nhưng bây giờ tôi không thể uống được nữa. Khi tôi còn trẻ thì tôi có thể lái xe 1.000 cây số không nghỉ; tôi có thể đi bộ một lúc 10 hay 15 cây số; tôi có thể ăn một lúc 8 chén cơm..."

Ông Năm còn muốn nói nhiều nữa nhưng ông ấy không thể nói được vì ông quá mệt. Trước đây ông ấy có thể nói chuyện từ sáng đến chiều được. Nhưng bây giờ thì ông ấy không thể nói nhiều được vì ông ấy đã già. Khi già thì người ta hay nhớ về quá khứ. Bạn có thấy như vậy không?

Bài 9

4.1 Thói quen và sở thích của một tài xế.

Anh ấy là tài xế của một công ty xuất nhập khẩu. Tên anh ấy là Nguyễn Văn Long. Năm nay anh ấy 30 tuổi. Anh Long đã có vợ và hai con gái. Anh ấy phải làm việc nhiều và phải đi nhiều nơi. Gần như tuần nào anh ấy cũng phải đi xa. Những khi phải đi xa, anh ấy dậy thật sớm.

Buổi sáng anh ấy thường uống cà phê ở một tiệm nhỏ trước công ty. Về sở thích, anh ấy không thích phim cũng không thích ca nhạc. Anh ấy chỉ thích bóng đá. Tháng nào anh ấy cũng đi xem bóng đá một lần hay nhiều hơn, nếu anh ấy có thời gian rảnh.

4.2 Hương Giang là một diễn viên kịch nói được nhiều người ưa thích. Cô đang trả lời các em học sinh một trường trung học.

H.S.1 : Chị có thích ăn kem không?
H.G. : Có. Chị thích lắm. Gần như tuần nào chị cũng đi ăn kem.
H.S.2 : Chị thường ăn ở đâu?
H.G. : Ở tiệm kem Bạch Đằng. Các em có biết tiệm kem đó không?
H.S.2 Dạ, biết. Chị có thường xem phim không?
H.G. : Không thường xuyên. Chị mê xem phim nhưng có ít thời gian quá. Còn các em thì sao?
H.S.2 : Chúng em thường xem phim trên ti-vi. Còn kịch thì chúng em rất thích xem những vở kịch có chị diễn.
H.G. : Cám ơn các em.
H.S.3 : Chị cho em hỏi: Chị thường làm gì khi rảnh?
H.G. : Chị thường đọc sách, báo, đi thăm bạn bè hay dọn dẹp nhà cửa. Chị cũng thường đi mua sắm. Chị thích đi mua sắm lắm. Nhưng chị thích nhất là đi du lịch.
H.S.2 : Có khi nào chị cảm thấy buồn không?
H.G. : Có chứ. Thỉnh thoảng chị thấy buồn. Khi
H.S.1 : nào?
H.G. : Khi chị xem phim buồn. Còn các em thì sao?

Bài 10

4.1 Hùng và Thủy gặp nhau trên đường.

Thủy: Anh đi đâu đó, anh Hùng?
Hùng: A, chào Thủy. Hôm nay Thủy không đi làm sao?
Thủy: Dạ, không. Hôm nay thứ bảy, em được nghỉ. À, nghe nói anh xin nghỉ việc ở Công ty Xây dựng An Cư rồi, có đúng không?
Hùng: Ừ, anh đã xin nghỉ việc rồi. Anh đang đi tìm việc làm nhưng chưa có nơi nào nhận.
Thủy: Làm việc ở Công ty Xây dựng An Cư em thấy cũng tốt, sao anh lại xin nghỉ việc?
Hùng: Làm ở đó chán lắm. Mặc dù làm việc ở đó hơn 2 năm nhưng anh vẫn chưa được tăng lương.

Phụ lục 1: Nội dung phần nghe

4.2 Sau đây là công việc thường ngày của ba người.

1. Cô ấy có thể nói được ba ngoại ngữ: tiếng Anh, tiếng Pháp và tiếng Nhật. Khi làm việc, cô ấy thường phải trả lời điện thoại. Cô ấy gặp rất nhiều người nước ngoài. Có khi cô vừa nghe điện thoại vừa trả lời một người khách. Cô có rất nhiều chìa khóa.
2. Cô ấy rất bận. Cô thường đi ngủ muộn và thức dậy trễ. Ít khi cô về nhà trước mười giờ tối. Trong khi làm việc, cô phải khóc, phải cười, phải vui, phải buồn... Có khi cô vừa làm việc vừa trả lời phỏng vấn. Rất nhiều người thích cô ấy. Khi cô đi ra ngoài phố, có rất nhiều người nhận ra cô. Cô rất yêu nghề nghiệp của mình.
3. Anh ấy thường đi nhiều nơi và gặp rất nhiều người. Anh ấy phải hỏi nhiều câu hỏi và viết lại những câu trả lời. Anh biết nhiều người nổi tiếng và thường làm việc với họ. Anh thường làm việc bằng cây bút và máy tính xách tay. Có khi anh phải làm việc ngày chủ nhật. Anh ấy thường thức khuya để làm việc. Ít khi anh ngủ trước 11 giờ đêm. Anh rất thích nghề nghiệp của mình.

Bài 11

4.1 Mai mới bị giật túi xách. Cô đến trụ sở Công an phường để báo.

Mai: Anh ơi, anh làm ơn giúp tôi một chút.
Cảnh sát: Có chuyện gì vậy, chị?
Mai: Tôi mới bị mất một túi xách.
Cảnh sát: Thế à? Mời chị ngồi. Chị bị mất ở đâu?
Mai: Dạ, ở chợ Bến Thành. Tôi đang đi thì có một người đàn ông đi nhanh về phía tôi, giật túi xách của tôi rồi chạy đi. Không ai đuổi theo kịp anh ta.
Cảnh sát: Chị có nhớ người đó như thế nào không?
Mai: Dạ, nhớ rõ lắm. Anh ta hơi gầy, thấp, tóc ngắn, mặt dài.
Cảnh sát: Trong túi xách của chị có gì không?
Mai: Dạ, có. Có một ít tiền, một cái máy chụp hình và hai, ba thứ giấy tờ khác nữa. Anh làm ơn tìm giúp cho tôi càng sớm càng tốt. Xin cám ơn anh nhiều.
Cảnh sát: Vâng. Chúng tôi sẽ cố gắng tìm cho chị.

4.2 Tìm trẻ lạc:

Một bé trai tên Trần Văn Tuấn, 11 tuổi, đi lạc lúc 10 giờ sáng ngày 25/2. Khi đi cháu mặc áo thun màu trắng, quần jean xanh, tóc ngắn. Nếu ai gặp cháu ở đâu xin đưa đến số 105C, đường 3-2, Thành phố Cần Thơ. Xin hậu tạ.

Bài 12

4.1 **Nam gặp Bình trên đường.**

Nam : Chào anh Bình. Lâu quá không gặp. Dạo này anh làm gì?
Bình : Tôi vẫn làm ở ngân hàng. Còn anh, khỏe không?
Nam : Khỏe. Trông anh có vẻ mập hơn lúc trước.
Bình : Cám ơn anh. Tôi cũng thấy anh mập hơn lúc trước.
Nam : Vâng. Tại tôi uống bia hơi nhiều. Hôm nào rảnh, mời anh đến nhà tôi chơi. Chúng ta vừa uống bia vừa nói chuyện.
Bình : Ừ. Chủ nhật này nhé. Được không?
Nam : Ừ, được. À, anh có biết nhà mới của tôi chưa? Chưa.
Bình : Anh Nam chuyển nhà rồi à? Hồi nào vậy?
Nam : Tôi chuyển nhà ba tháng rồi.
Bình : Vậy hả? Bây giờ nhà anh ở đâu?
Nam : Nhà mới của tôi ở số 940 Nguyễn Đình Chiểu, đối diện với trạm xăng.
Bình : Tôi nhớ rồi. 940 Nguyễn Đình Chiểu, phải không?

4.2 **Tom muốn tìm nhà cho thuê.**

Tom: Anh có biết gần đây có nhà nào cho thuê không?
Dũng: Nhà cho thuê thì có nhiều. Nhưng anh muốn thuê nhà như thế nào? Tôi
Tom: muốn tìm một căn nhà nhỏ, tiện nghi, ở gần trung tâm thành phố.
Dũng: Anh có xem quảng cáo trên báo không?
Tom: Có. Tôi đã xem một số quảng cáo về nhà cho thuê và đã đến xem thử một vài nơi rồi. Nhưng chỗ thì quá đắt, chỗ thì không được tiện nghi lắm.
Dũng: Tôi biết một chỗ có lẽ hợp với yêu cầu của anh. Giá khoảng hai triệu rưỡi một tháng. Chiều nay rảnh không? Đi xem nhà với tôi đi.

PHỤ LỤC 2
ĐÁP ÁN

Bài 1

1
1. Ti vi ở cửa hàng đó không những chất lượng cao mà còn rẻ nữa.

2. Cái ti vi đầu tiên Lâm xem giá 5 triệu đồng.

3. Không. Lâm không đồng ý mua cái ti vi đó. Vì nó hơi đắt.

4. Cái ti vi thứ hai Lâm xem giá 4 triệu đồng.

2.3
B. B: Vâng, cà phê này (rất) ngon.

C. B: Dạ, có chứ ạ. (Xin mời (ông) xem thử.) D.
A: Cô không nói thách (đấy) chứ?
E. A: Tôi xem thử được chứ?
F. B: Dạ, có chứ ạ. (Bảo hành (6 tháng) ạ.) G.
B: Dạ, có chứ ạ. Xin mời (chị) xem thử.)

3.3 - chợ Bến Thành   - chục   - nhưng   - Sau đó   - đôi   - quần jean

4.1
1. Người bán nói giá một chục cam là ba mươi ngàn đồng.

2. Cuối cùng người bán đồng ý bán một chục cam giá mười lăm ngàn đồng.

3. Người mua muốn mua hai chục cam.

4.2
1. Cô gái ấy muốn mua áo sơ mi.

2. Cô ấy thích màu xanh.

3. Cái áo đó giá sáu chục ngàn đồng.

5.1
1. Cái áo dài này đẹp quá. Tôi <u>mặc</u> thử được không?
2. Đôi giày này tốt lắm. Anh muốn <u>mang</u> thử không?
3. Cái bánh này ngon lắm. Anh đã <u>ăn</u> thử bao giờ chưa?
4. Cà phê này thơm và ngon lắm. Mời các bạn <u>uống</u> thử.
5. Tôi đang rảnh. Tôi muốn <u>đọc</u> thử quyển sách này.
6. Bài hát này hay lắm. Chị có muốn <u>nghe</u> thử không?

5.2
1. <u>Con</u> chó này dễ thương quá.
2. Chị mua <u>cái</u> áo dài này ở đâu vậy?
3. <u>Cái</u> tủ lạnh đó hiệu gì?
4. Chị có thấy <u>con</u> mèo trắng của tôi ở đâu không?
5. Chị mặc thử <u>cái</u> quần jean đó chưa?
6. <u>Cái</u> máy tính này giá bao nhiêu?
7. Chị ấy mua một <u>cái</u> mũ màu vàng.

5.3
a. Đôi giày thể thao này hơi lớn. Có đôi nào nhỏ hơn không? (4)

b. Ở đây có áo sơ mi cỡ lớn không? - Dạ, chỉ còn áo cỡ vừa và nhỏ thôi. (1)

c. Phòng thử quần áo ở đâu? - Dạ, phòng thử quần áo ở đằng kia ạ. (6)

d. Cửa hàng chúng tôi có nhiều loại tủ lạnh. (5)
   Mời ông xem thử cái tủ lạnh này.

e. Chị mua cái áo dài này ở đâu? - Ở tiệm Thanh Thủy, gần chợ Bến Thành.

Phụ lục 2: Đáp án

5.5
1. Xoài này không những ngon mà còn rẻ.
2. Cửa hàng này không những bán cassette mà còn bán máy lạnh.
3. Đôi giày thể thao đó không những nhẹ mà còn rất bền.
4. Cái máy lạnh này không những không lạnh mà còn rất hao điện nữa.
5. Nhà Lan không những gần chợ Bến Thành mà con gần các cửa hàng điện tử lớn.
6. Tháng này sầu riêng không những không ngon mà còn rất đắt nữa.

5.6
1. Tôi mặc thử được không?
2. Tôi ăn thử được không?
3. Cam này bao nhiêu tiền một chục?
4. Nho này bao nhiêu tiền một ký?
5. Cô thích màu nào?
6. Ông muốn mua gì ạ? / Ông muốn mua cái quạt máy màu nào ạ?

Bài 2

1
1. Hôm nay trông Dũng có vẻ mệt.
2. Dũng đã uống thuốc cảm.
3. Dũng thấy đau đầu quá.
4. Nam khuyên Dũng nên đi khám bệnh sớm.

3.1 - bác sĩ   - bệnh viện   - phòng khám tư   - bệnh nhân   - khám bệnh

3.2
1. Bệnh bà ấy có nặng không? – Không, bà ấy chỉ bệnh nhẹ thôi.
2. Ông bác sĩ này khám bệnh rất kỹ, không khám dối/ẩu như một số bác sĩ khác.
3. Bà ấy là một bác sĩ giỏi nhưng chồng bà ấy là một bác sĩ kém/dở.
4. Thuốc này sẽ giúp bạn không còn thấy khó chịu sau bữa ăn. Bạn sẽ cảm thấy dễ chịu ngay.
1. Vừa khỏi bệnh nên trông chị ấy còn yếu lắm, chưa khỏe ngay được đâu.
2. Phòng mạch của bác sĩ Nam có thể đóng cửa muộn hơn nhưng không thể mở cửa sớm hơn được.

3.3 1. ho, đau răng

2. khám bệnh, uống thuốc

3.4 1. ho

2. cảm

3. sốt cao

4. đau đầu và sổ mũi.

5. đau mắt

4.1 1. d. Đau đầu và đau bụng.

2. c. tối hôm qua

3. c. nhẹ

4.2 1. Mai bị cảm

2. Chiều hôm qua

3. Cô ấy đã uống thuốc cảm. Bốn viên.

4. Cô ấy thấy hơi chóng mặt một chút.

5.1 1. Anh thấy trong người thế nào?

2. Trông anh không được khỏe.

3. Bệnh ông ấy thế nào rồi?

4. Chị nghỉ một chút đi!

5. Bà ấy bị bệnh gì?

6. Ông ấy là một bác sĩ giỏi.

7. Tôi đã uống bốn viên thuốc cảm rồi.

5.2 1. Tôi <u>bị</u> nhức đầu nhưng không <u>bị</u> sốt.

2. Không sao. Cô ấy đã <u>được</u> uống thuốc rồi.

3. Hôm qua nó <u>được</u> đi Vũng Tàu. Hôm nay nó <u>bị</u> cảm.

4. Chị Mai <u>bị</u> bệnh. Chị ấy <u>được</u> nghỉ hai ngày.

5. Nó <u>được</u> thầy cho nghỉ học vì <u>bị</u> sốt cao.

6. <u>Bị</u> tai nạn nên anh ấy phải nằm bệnh viện mất hai tháng.

7. Đang <u>bị</u> đau đầu nên trông cô ấy không vui.

Phụ lục 2: Đáp án

5.3 1. Tôi <u>được</u> ông giám đốc cho nghỉ một ngày.

2. Lan <u>được</u> thầy giáo cho về sớm.

3. Anh ấy <u>được</u> nhiều người đến thăm.

4. Con trai bà Hai <u>được</u> Nam đưa đến bệnh viện.

5. Ông ấy thường <u>bị</u> vợ hỏi đi đâu, làm gì, đi với ai.

6. Nhiều bệnh nhân nghèo đã <u>được</u> bác sĩ Hải khám bệnh miễn phí.

7. Hoa <u>bị</u> mẹ cho uống nhầm thuốc.

5.4 **A.** a. Trông anh có vẻ hơi mệt.

   Có lẽ anh bị cảm rồi. (3)

b. Bà Hoa bị bệnh nặng.

   Bà ấy phải vào bệnh viện. (5)

c. Chị ấy mới uống thuốc. (1)

   Bây giờ trông chị ấy khỏe hơn.

d. Hôm qua tôi làm việc nhiều quá.

   Bây giờ tôi thấy hơi chóng mặt. (2)

e. Nó bị sốt cao và ho nhiều.

   Nhưng nó không muốn đi khám bệnh. (4)

B. a. – Bây giờ cô thấy trong người thế nào? (3)

   – Tôi thấy hơi đau bụng.

b. – Tại sao hôm qua anh không đi học? (5)

   – Vì tôi bị cảm.

c. – Ông bác sĩ ấy làm việc ở đâu? (1)

   – Ở bệnh viện Nguyễn Trãi.

d. – Con trai của chị đã hết bệnh chưa? (4)

   – Cám ơn chị. Nó hết bệnh rồi. e.
– Bệnh của ông ấy thế nào? (2)

   – Bệnh ông ấy rất nặng.

5.5

1. A: Chị đã thấy khỏe chưa?

   B: Tôi thấy vẫn còn đau đầu lắm.

2. A: Sau khi uống thuốc, anh thấy trong người thế nào?

   B: Tôi thấy khỏe hơn rồi.

3. A: Em còn thấy đau bụng nữa không?

   B: Em thấy hết đau bụng rồi.

4. A: Bà thấy bác sĩ Thu thế nào?

   B: Tôi thấy bác sĩ Thu khám bệnh rất kỹ và giỏi.

1. A: Chị thấy bệnh viện đó có tốt không?

   B: Tôi thấy bệnh viện đó rất tốt.

2. A: Cô thấy chân đỡ đau chưa?

   B: Chưa, tôi thấy chân còn đau lắm.

3. A: Em còn thấy chóng mặt không?

   B: Dạ, em thấy hết chóng mặt rồi.

5.6 Đáp án tự do

5.7 Đáp án tự do

Bài 3

1.1
1. Dũng gọi điện thoại đến Công ty Du lịch Sài Gòn.

2. Dũng muốn nói chuyện với cô Thu Thủy.

3. Có. Dũng nhắn là vì bận nên chiều nay anh ấy không đến gặp cô ấy được.

4. Không. Cô thư ký không biết tên anh ấy. Vì Dũng không giới thiệu.

1.2
1. Chi gọi điện cho Thu Thủy để rủ Thủy chiều nay đi xem phim.

2. Không. Cô ấy không trả lời ngay câu hỏi của Chi.

3. Họ sẽ gặp nhau ở rạp Rex, lúc năm giờ rưỡi.

3.1 - riêng - gọi - công cộng - thẻ điện thoại

Phụ lục 2: Đáp án

3.2
1. giải đáp, thẻ điện thoại
2. bưu điện, trả lời

4.1
1. Không. Park không biết số điện thoại của thầy Nam.
2. Park muốn gọi điện cho thầy Nam để xin phép vắng mặt.
3. Điện thoại của thầy Nam số 8507361.

4.2
1. Ông ấy gọi điện đến khách sạn Hướng Dương.
2. Ông ấy muốn nói chuyện với ông Bình.
3. Có. Ông ấy nhắn là vì bận nên chiều nay không gặp ông Bình được.

5.1
a. – Anh có nhắn gì không? (5)
– Dạ không. Cám ơn cô.

b. – Ông Phú có ở đó không ạ?
– Dạ, ông ấy vừa mới đi ra ngoài. (1)

c. – Xin lỗi, chị cần gì ạ?
– Xin cho tôi gọi nhờ điện thoại một chút. (6)

d. A lô, tôi nghe không rõ. (3)
– Xin cô làm ơn nói lại một lần nữa.

e. Dạ phải, tôi là Nam đây. (4)
– Xin lỗi, ai gọi đấy ạ?

5.2
1. Hình như cô ấy mới đi ra ngoài.
2. Lúc nãy có ai gọi cho tôi không?
3. Có lẽ giờ này anh ấy có ở nhà. (Giờ này có lẽ anh ấy có ở nhà).
4. Cô làm ơn cho tôi nói chuyện với ông Bình, phòng 309.
5. Chuông điện thoại reng nhiều lần nhưng không ai nhấc máy.

5.3 Đáp án tự do

5.4 1. Vì (tôi) ghi nhầm số nên tôi gọi cho anh không được.

2. Vì đường dây bị bận nên chị Thu phải gọi lại nhiều lần.

3. Vì tôi chưa thanh toán cước phí (điện thoại) nên điện thoại nhà tôi bị cắt.

4. Vì thẻ điện thoại này chỉ gọi được trong nước thôi nên anh ấy phải đến bưu điện.

5. Vì bị bệnh nên Phước gọi điện báo là không đến được.

5.5 1. Cô làm ơn đọc lại số điện thoại của anh ấy.

2. Ông ấy mới đi ra ngoài à? Năm phút sau tôi sẽ gọi lại.

3. Điện thoại nhà tôi chưa gọi được. Xin các anh đến kiểm tra lại.

4. Tôi sẽ nói chuyện lại với ông ấy.

5. Anh xem lại tin nhắn trong điện thoại đi.

6. Phải đến công ty điện thoại ký lại hợp đồng à?

Bài 4

1.1 1. Dũng đã đi Hà Nội hai lần rồi.

2. Ở Hà Nội có Hồ Gươm, Hồ Tây ….

3. Tom định tháng sau sẽ đi Hà Nội.

4. Dũng định giới thiệu một người quen của anh ấy cho Tom.

5. Anh ấy là nhân viên một công ty du lịch.

1.2 1. Mary định đi du lịch ở Lào.

2. Thứ bảy tuần sau Mary bắt đầu đi.

3. Mary sẽ đi bằng xe lửa và ô tô.

4. Mary sẽ đi du lịch ở Lào khoảng hai tuần.

2.5 2. Mưa ở Huế kéo dài quá nhỉ?

3. Nha Trang dạo này nóng quá nhỉ?

4. Sao lâu quá mà máy bay vẫn chưa đến nhỉ?

5. So với trước thì giá vé đi du lịch Thái Lan rẻ quá nhỉ?

Phụ lục 2: Đáp án

3.1 - nổi tiếng   - nơi du lịch   - cao nguyên   - đông bắc   - nghỉ mát

3.2 **1.** bãi biển   **2.** chùa   **3.** viện bảo tàng   **4.** công viên   **5.** đảo

4.1 1. Quê nội Lâm ở Huế.

2. Chưa. John chưa (bao giờ) đi Huế.

3. Ở Huế có nhiều di tích lịch sử, văn hóa nổi tiếng.

4. John định hè này sẽ đi Huế.

5. Nếu John đến Huế, Lâm sẽ giới thiệu các bạn của anh ấy cho John.

4.2 1. Xuân sắp đi du lịch ở Thái Lan.

2. Cô ấy sẽ ở đó năm ngày.

3. Vì cô ấy không có đủ tiền.

4. Vì chồng cô ấy không thích.

5. Chồng cô ấy muốn đi du lịch ở Nha Trang hay Đà Lạt.

5.1 2. Đến giờ ra sân bay rồi mà Hà chưa chuẩn bị xong hành lý.

3. Anh đã đi tắm biển nhiều lần rồi mà không biết bơi à?

4. Không phải Tân là hướng dẫn viên du lịch mà là Vân.

5. Nhóm khách du lịch này không đi đến Huế mà chỉ đến thăm Hội An thôi.

6. Anh ấy không thích đi du lịch mà chỉ thích ở nhà đọc sách.

7. Phòng của anh không phải số 204 mà là số 402.

5.2 1. Chị thấy phong cảnh ở đây có đẹp không/

2. Chúng tôi thấy đi bằng xe lửa thú vị hơn.

3. Chúng tôi thấy người dân ở đây rất thân thiện.

4. Tôi thấy đi du lịch bằng máy bay tiện hơn.

5. Tôi thấy thời tiết hôm nay rất dễ chịu.

6. Anh thấy khu du lịch này thế nào?

5.3 Đáp án tự do

5.4 1. Anh Nam đã đi Hà Nội bằng xe máy bao giờ chưa?

2. Chị Mai đã đi du lịch nước ngoài bao giờ chưa?

3. Anh Tom đã đi du lịch Củ Chi bao giờ chưa?

4. Ông Hùng đã đi du lịch ở Trung Quốc bao giờ chưa?

5. Ông Làm đã nghỉ ở khách sạn Palace ở Đà Lạt bao giờ chưa?

6. Chị Kim đã đi du lịch ở đảo Phú Quốc bao giờ chưa?

5.5 Đáp án tự do

5.6 Đáp án tự do

Bài 5

1.1 1. Phòng đơn giá hai trăm năm chục ngàn một đêm.

2. Trong phòng có máy lạnh, ti vi, điện thoại và tủ lạnh.

3. Ông Smith sẽ thuê bốn đêm.

4. Phòng ông ấy số 309, ở trên tầng 3.

5. Nhà hàng của khách sạn ở tầng một.

1.2 1. Yoko định trả phòng lúc 4 giờ.

2. Yoko nhờ anh tiếp tân gọi taxi và cho người mang hành lý ra xe.

3. Tiền phòng của Yoko tất cả là 110 đô la.

2.3 - Vé máy bay ở trên bàn.

- Máy lạnh ở trên tường.

- Chị Hải đang ở trong bếp.

- Nam và Nga ở ngoài sân.

3.1 - du lịch   - tầng hai   - bờ biển   - tiện nghi   - dễ chịu   - phong cảnh

3.2 1. Khách du lịch (du khách)

2. Hướng dẫn viên du lịch.

3. Tài xế xe du lịch.

4. Tiếp tân khách sạn.

Phụ lục 2: Đáp án

4.1
1. Tùng muốn thuê **phòng đơn**.
2. Phòng đơn giá **hai trăm năm chục ngàn** một đêm.
3. Tùng sẽ thuê **hai đêm**.
4. **Chiều mai** Tùng sẽ đến khách sạn.

4.2
1. Tân định đi Vũng Tàu **hai ngày**.
2. Tân muốn thuê khách sạn **lớn, gần bãi biển**.
3. Vợ Tân **không đồng ý** với anh ấy. Vì giá **đắt**.
4. Cuối cùng, họ quyết định đi Vũng Tàu **một ngày**.

5.1
1. Cô cho tôi thuê một phòng đơn.
2. Nhờ cô cho người mang giùm ra xe hành lý của tôi.
3. Chúng tôi muốn thuê một chiếc xe du lịch đi Đà Lạt.
4. Tuy không giàu nhưng anh ấy rất thích đi du lịch.
5. Nghe nói mùa này phòng ở khách sạn không đắt lắm.

5.2
1. Tuy giá rẻ nhưng khách sạn đó phục vụ không tốt.
2. Tuy không phải mùa du lịch nhưng khách sạn này không còn phòng trống.
3. Khách sạn chúng tôi đang ở tuy giá thuê phòng hơi đắt nhưng phục vụ rất tốt.
4. Phòng này tuy không rộng nhưng rất sạch sẽ, tiện nghi.
5. Tuy rất giàu nhưng ông ấy thích đi du lịch ba lô.
6. Tuy không có nhiều tiền nhưng chúng tôi năm nào cũng đi du lịch.

5.
2. Nhờ cô gọi xe taxi **giùm/ giúp/ hộ** tôi.
3. Nhờ cô hỏi giá vé máy bay Nha Trang - Hà Nội là bao nhiêu **giùm/ giúp/ hộ** tôi.
4. Nhờ công ty cho người mang vé máy bay đến nhà **giùm/ giúp/ hộ** tôi.
5. Nhờ anh cho người sửa cái máy lạnh trong phòng **giùm/ giúp/ hộ** tôi.
6. Nhờ anh (cho người) mở cửa sổ phòng **giùm/ giúp/ hộ** tôi.
7. Nhờ anh thuê một chiếc xe du lịch đi Cần Thơ **giùm/ giúp/ hộ** tôi.

5.4 1. Nhờ anh mang hành lý ra xe giúp tôi nhé.

2. Sáng nay có một bức thư gửi đến cho cô, thưa cô. (Thưa cô, sáng nay…)

3. Thưa ông, ông có thuê xe máy không? (Ông có….., thưa ông?)

4. Chúng tôi chỉ còn một phòng đôi ở tầng 7 thôi. Bà có thuê không, thưa bà?

5. Nhờ anh cho người lên phòng 305 mở cửa vào phòng giúp chúng tôi ạ.

6. Thưa ông bà, đến sáng mai chúng tôi mới có phòng trống để đổi cho ông bà ạ.

7. A lô, phòng 431 phải không ạ? Thưa ông, hôm nay ông và gia đình có ăn sáng với đoàn không ạ?

5.5 Đáp án tự do

Bài 6

1 1. Bà hàng xóm của bà Tư có hai chiếc xe hơi.

2. Bà ấy mới mua ba bức tranh. Giá mỗi bức hơn mười triệu đồng.

3. Bà ấy nuôi hơn hai trăm con bò sữa.

4. Cái nhà bà ấy xây ở nông trại trông giống như một tòa lâu đài.

5. Chồng bà ấy không những làm ăn giỏi mà còn rất thương yêu vợ con.

3.2 - thuốc cảm

- chật, rộng

- gọi, nhắn

- tiện nghi, thoáng mát

4.1 1. Cô ấy muốn mua cái túi xách màu nâu.

2. Cô ấy muốn mua cái túi xách to hơn.

3. Giá của cái túi xách đó là hai trăm ngàn đồng.

4. Người bán đề nghị cô ấy mua cái túi xách màu đen.

Phụ lục 2: Đáp án

4.2
1. Phòng đơn giá rẻ nhất là một trăm năm chục ngàn một đêm.
2. Phòng đơn giá đắt nhất là hai trăm năm chục ngàn một đêm.
3. Vì phòng rộng, đầy đủ tiện nghi thì giá đắt, còn phòng hẹp hơn, ít tiện nghi thì giá rẻ hơn.
4. Đầu tháng sau người bà con của Hoàng sẽ về nước.

5.1 Đáp án tự do

5.2
1. Vì ghi nhầm số nên hôm qua tôi gọi cho chị không được.
2. Vì hết tiền nên chúng tôi không đi du lịch được.
3. Phòng anh Vinh đang thuê tuy không rộng nhưng rất sạch sẽ, tiện nghi.
4. Tuy sáng nay Linda đã gọi điện trước nhưng bây giờ taxi vẫn chưa đến.
5. Vì hành lý nhiều quá nên anh ấy giúp tôi mang ra xe.
6. Vì máy của tôi hết pin rồi nên bây giờ tôi không chụp ảnh cho cô được.
7. Vì giá thuê phòng quá cao nên chúng tôi chẳng bao giờ đến đấy nữa.

5.3
1. Nhờ anh gọi taxi giùm tôi.
2. Xin cô nói lại một lần nữa.
3. Hình như ông ấy mới đi ra ngoài.
4. Bà thấy trong người thế nào?
5. Nghe nói chuyến bay VN320 sẽ đến lúc 4 giờ chiều.
6. Chúng tôi thấy đi bằng xe lửa thú vị hơn.
7. Tuy bị ốm nhưng Hà không muốn đi khám bệnh.

5.4
1. Bà Chín mới mua một cái máy giặt nhưng sáng nay nó đã bị hỏng.
2. Chị Youn bị mất chìa khóa phòng.
3. Bích được Sơn mời đi Mỹ Tho chơi.
4. John được anh Nam đưa đi xem một số nhà cho thuê.
5. Các cô ấy được chủ vườn tặng cho nhiều xoài và chôm chôm.
6. Vì không trả tiền nhà nên anh ấy bị chủ nhà mời ra khỏi nhà.

Bài 7

1
1. Bà Minh gặp chủ nhà để hỏi thuê nhà.
2. Ngôi nhà này đã được xây sáu năm rồi.
3. Tất cả các phòng đều được trang bị quạt trần.
4. Bà Minh thấy phòng ngủ rất đẹp nhưng nhà bếp thì quá chật, nhà vệ sinh thì quá rộng.
5. Câu này có đáp án tự do.

4.1
1. Bà Tuyết mới mua nhà ở đường Pasteur.
2. Căn nhà đó giá ba trăm cây vàng.
3. Chiếc xe hơi bà Tuyết mới mua giá năm trăm triệu đồng.
4. Căn nhà bà Tuyết định mua thêm ở đường Ba tháng hai.
5. Chủ nhà chưa đồng ý bán vì bà Tuyết trả chưa được giá.

4.2
1. Ông Morita là chủ của năm ngân hàng.
2. Ông ấy có nhà cho thuê ở New York, London, Paris … .
3. Ông ấy có ba ngôi biệt thự.
4. Những ngôi biệt thự đó ở Tokyo, miền Nam và miền Bắc nước Nhật.

5.1
1. Chị muốn biết thêm những gì về ngôi nhà đó?
2. Những người đã đến đây xem nhà vào lúc 9 giờ sáng có nói gì không?
3. Các anh ấy muốn thuê một căn hộ trong chung cư này.
4. Hôm qua anh đã đi những đâu?
5. Tất cả các căn phòng trong khách sạn này không tiện nghi lắm.
6. Chủ nhà nói tất cả các phòng đều có máy lạnh, trừ phòng khách.
7. Ông ấy biết tất cả các/ những nhà trọ rẻ tiền ở Đà Lạt.
8. Mười hai giờ đêm, tất cả các quán ở thành phố này đều đóng cửa.

Phụ lục 2: Đáp án

5.2   1. tiền nhà, phòng ngủ, nhà bếp, giường, lầu, máy lạnh, tầng trệt, giá

2. tiện, chật, mới, tiện nghi, rộng, đắt

3. thuê, mướn, trả, xem, trang trí

5.3   Đáp án tự do

5.4   Đáp án tự do

5.5   Đáp án tự do

Bài 8

1   1. Khi rảnh Mai thường đi thăm bạn bè, đi chơi hay đi mua sắm.

2. Mai ít khi đi xem phim vì cô ấy bận lắm.

3. Mai thích phim hài và ghét phim bạo lực.

4. Không phải. Bây giờ Mai rất ít khi đọc.

5. Thu thích ngủ nhất khi chị ấy rảnh rỗi. (Phần tại sao trả lời tự do).

2.3   Đáp án tự do

3.1   - của   - thường   - với   - lúc   - không bao giờ   - thỉnh thoảng

3.2   1. không bao giờ
2. Ít khi
3. hay
4. thường
5. Ít khi

4.1   1. Vì nhà họ chỉ có một cái ti vi nhưng họ thích xem hai kênh khác nhau.

2. Cô ấy thích phim tình cảm, nhạc nhẹ, …

3. Chồng cô ấy thích bóng đá, nhạc rock, …

4. Có. Gần như ngày nào họ cũng cãi nhau.

4.2
1. Trước đây ông ấy là tài xế xe tải.
2. Ông ấy thường hay nhớ về quá khứ.
3. Khi nói chuyện ông ấy thường bắt đầu bằng câu: "Trước đây tôi…".
4. Trước đây ông ấy có thể uống một lúc 10 hay 15 chai bia.
5. Trước đây ông ấy có thể đi bộ một lúc 10 hay 15 cây số.

5.1
1. Tôi không biết là chị ấy giận tôi.
2. Bạn đi đến nhà anh ấy với tôi được không?
3. Cô Thu luôn tự tin ở chính cô ấy.
4. Cô ấy không thể tự cô ấy làm tất cả mọi việc trong nhà.
5. Em gái tôi vừa vào đại học năm ngoái.
6. Anh ấy nghĩ rằng cả công ty không thích anh ấy.
7. Khi nào rảnh, đến nhà chúng tôi chơi nhé.

5.2
1. Hôm nay anh ấy được rảnh cả ngày.
2. Nó xem video cả buổi sáng.
3. Cả nhà cô Liên sẽ đi nghỉ ở Nha Trang.
4. Cả lớp tôi đều đã xem bộ phim đó.
5. Cả công ty đều biết chuyện ấy.

5.3
1. B: Tôi muốn mượn tất cả (các loại sách đó).
2. B: Tôi đã đi tất cả (các nơi đó).
3. B: Họ thích uống tất cả (các loại đó).
4. B: Tất cả (khoảng 38 tiếng).
5. B: Tất cả là (250 ngàn đồng).

5.4 Đáp án tự do

Phụ lục 2: Đáp án

Bài 9

1. Trước khi đến xưởng phim, Thảo thường ăn sáng với gia đình.
2. Buổi tối, Thảo ít khi đi đâu.
3. Thảo thích nghe nhạc nhẹ.
4. Cô ấy thích đọc truyện ngắn, tiểu thuyết và sách lịch sử.
5. Thảo ghét những người hỏi nhiều nhất.

3.1 - bạn   - sở thích   - không   - thích   - rất   - ăn

1. Ông ấy thích bia nhưng lại ghét nước ngọt.
2. Bình thường Sương nói nhiều. Hôm nay cô ấy nói rất ít.
3. Anh đừng nói dối. Anh hãy nói thật đi.
4. Tôi và cô ấy có nhiều điểm giống nhau nhưng cũng có điểm khác nhau.
5. Phim hài làm cho nó cười, còn phim buồn làm cho nó khóc.
6. Ngày chủ nhật tuần này thật thú vị, không chán như những tuần trước

3.3

Thói quen	Sở thích
- đi ngủ sớm	- câu cá
- thức dậy trễ	- khiêu vũ
- nghe tin tức lúc 6 giờ sáng	- Làm bánh ngày chủ nhật
- đọc sách trước khi đi ngủ	- đọc sách
- vừa ăn vừa xem ti vi	- mua sắm
	- chụp ảnh phong cảnh

1. Anh ấy làm việc ở công ty xuất nhập khẩu.
2. Có. Anh ấy thường xuyên đi xa.
3. Buổi sáng anh ấy thường uống cà phê ở một tiệm nhỏ trước công ty.
4. Không. Anh ấy không thích phim và ca nhạc.
5. Có. Anh ấy thường xem bóng đá.

4.2 1. Có. Gần như tuần nào cô ấy cũng đi ăn kem.

2. Không thường xuyên. Vì cô ấy có quá ít thời gian.

3. Cô ấy thích nhất là đi du lịch.

4. Cô ấy cảm thấy buồn khi xem phim buồn.

5.1 1. Linda hãy gọi điện cho mình ngay sau khi về đến nhà (nhé)!

2. Em hãy vào phòng học bài đi, không xem ti vi nữa!

3. Lan hãy thử gửi một truyện ngắn cho báo Tuổi Trẻ đi!

4. Lim hãy cẩn thận khi đi xe (nhé)!

5. Em hãy ngồi xa màn hình(, đừng ngồi gần quá)!

6. Nam hãy đổi cho mình một con tem trong bộ sưu tập của Nam đi!

7. Em hãy tìm một nghề thích hợp cho mình đi! (Đừng đi chơi nữa.)

5.2 1. Ngoài chiếc đàn piano của mẹ, nó còn thích chiếc đàn guitar của bố.

2. Các tấm ảnh chụp ở Vũng Tàu, tấm nào cũng đẹp, trừ tấm này.

3. Bác sĩ khám bệnh tất cả các buổi trừ tối thứ bảy.

4. Nghe nói ngoài việc sáng tác nhạc, ông ấy còn vẽ tranh.

5. Bộ sưu tập của anh ấy có tất cả tem của các nước trừ tem Hàn Quốc.

6. Trừ thứ hai và thứ năm, ngày nào Thảo cũng đến xưởng phim.

5.3 1. Ngoài nói chuyện với nhau về thời trang, các cô ấy còn nói về bộ phim Hàn Quốc đang chiếu trên ti vi.

Các cô ấy nói chuyện với nhau về thời gian. Ngoài ra các cô ấy còn nói về bộ phim Hàn Quốc đang chiếu trên ti vi.

2. Sở thích của Thúy là đi mua sắm. Ngoài ra cô ấy không có sở thích nào khác.

Ngoài đi mua sắm, Thúy không có sở thích nào khác.

3. Ngoài nhạc Pop, cô ấy cũng thích thích nhạc Jazz.

Cô ấy thích nhạc Pop. Ngoài ra cô ấy cũng thích nhạc Jazz.

Phụ lục 2: Đáp án

4. Ngoài thường dạy tiếng Anh cho chủ nhà, Mary còn dạy đàn piano cho con gái chủ nhà.
   Mary thường dạy tiếng Anh cho chủ nhà. Ngoài ra Mary còn dạy đàn piano cho con gái chủ nhà.
5. Ông Bằng chỉ đến ăn ở tiệm này thôi. Ngoài ra ông ấy chưa bao giờ ăn ở tiệm nào khác.
   Ngoài tiệm này, ông Bằng chưa bao giờ ăn ở tiệm nào khác.
6. Các anh ấy đã đi du lịch nhiều nơi: Nha Trang, Đà Lạt, Vũng Tàu. Ngoài ra các anh ấy cũng đã ở Huế một tuần.
   Ngoài đi du lích nhiều nơi: Nha Trang, Đà Lạt, Vũng Tàu, các anh ấy cũng đã ở Huế một tuần.
7. Chủ nhật nào vợ chồng Xuân cũng đưa con đi chơi công viên. Ngoài ra họ còn đưa con đi xem kịch dành cho thiếu nhi.
   Ngoài chủ nhật nào cũng đưa con đi chơi công viên, vợ chồng Xuân còn đưa con đi xem kịch dành cho thiếu nhi.

5.2
1. Người nào cũng muốn được làm quen với cô ca sĩ ấy.
2. Nếu rảnh em có thể giúp chị tưới cây chẳng hạn.
3. Chúng tôi đi học mỗi ngày trừ thứ bảy và chủ nhật.
4. Ngoài anh ấy ra không ai làm nổi việc này.
5. Anh hãy đến đàng kia nói chuyện với tôi một lát nhé.

Bài 10

1
1. Công việc ở Công ty An Cư phù hợp với chuyên môn của Bình.
2. Lý do chính để Bình không làm việc ở Công ty An Cư nữa là vì lương hơi thấp.
3. Ngoài lý do đó, còn một lý do khác là ông giám đốc không ưa anh ấy.
4. Kỷ luật lao động ở công ty mới rất căng (nghiêm).
5. Bình hài lòng vì ở công ty mới lương cao hơn.

3.1 - tài xế - # - ở - được - biết - ít khi - vừa - của

3.2 1. Giám đốc, chuyên môn, công việc, lương bổng, kinh nghiệm, trưởng phòng

2. Khó tính, phù hợp, căng, căng thẳng, nhàn

3. Làm, chuyển, ưa, mất việc, tăng lương

4.1 1. Thủy không đi làm vì hôm nay là thứ bảy.

2. Hùng đang đi tìm việc làm.

3. Chưa. Chưa có nơi nào nhận Hùng vào làm việc.

4. Hùng đã làm việc ở Công ty Xây dựng An Cư được hơn hai năm.

5. Hùng xin nghỉ việc ở đó vì không được tăng lương.

4.2 1. a. Không. Cô ấy không biết tiếng Đức.
   b. Cô ấy thường gặp rất nhiều người nước ngoài.
   c. Cô ấy là tiếp tân khách sạn.
2. a. Cô ấy thường đi ngủ muộn.
   b. Cô ấy thường về nhà sau mười giờ tối.
   c. Cô ấy là diễn viên (điện ảnh).
3. a. Có. Anh ấy thường làm việc vào ban đêm.
   b. Anh ấy thường đi ngủ sau mười một giờ đêm.
   c. Anh ấy là phóng viên/ nhà báo.

5.1 1. Tường không còn làm ở Công ty Xây dựng An Cư nữa sao?

2. Bích đã xin nghỉ việc (rồi) sao?

3. Ông giám đốc đã cho anh ấy nghỉ việc (rồi) sao?

4. Làm việc ở công ty đó lương không cao sao?

5. Cô Thu đã được ký hợp đồng thêm 6 tháng sao?

6. Hàng ngày bà giám đốc là người ra về sớm nhất sao?

7. Anh chưa nhận được tiền thưởng cuối năm sao?

5.2 Đáp án tự do

Phụ lục 2: Đáp án

5.3 1. Sau giờ làm việc Mai không về nhà mà lại ghé vào tiệm chụp hình.

2. Tại sao anh không đi chơi mà lại ở nhà?

3. Nó không gọi điện trước mà lại đến thẳng đây.

4. Vào nhà đi! Sao lại đứng nói chuyện ở ngoài đường vậy?

5. Mình đang nghe nhạc, sao cậu lại tắt?

6. Bà trưởng phòng đã mời nhưng chị lại không muốn đến nhà bà ấy dự tiệc.

5.4 1. Mặc dù đang làm việc nhưng cô ấy nói chuyện điện thoại với bạn.

2. Mặc dù lương thấp nhưng tôi yêu công việc của mình.

3. Mặc dù đi làm trễ nhưng bà ấy về sớm.

4. Mặc dù không ưa bà trưởng phòng nhưng anh ấy không chuyển đi nơi khác.

5. Mặc dù đã tốt nghiệp đại học nhưng cô ấy không muốn tìm việc làm.

6. Mặc dù muốn làm việc hợp với chuyên môn nhưng cô ấy không muốn sống xa nhà.

7. Mặc dù không bận rộn nhiều với công việc ở cơ quan nhưng chị ấy không có thời gian để làm việc nhà.

5.5 Đáp án tự do

Bài 11

1 1. Không. Nam không nhớ tên và số phòng của người mà anh muốn gặp.

2. Ông ấy khoảng 40 tuổi, cao, hơi mập, mắt xanh, tóc vàng ...

3. Theo Nam, ông ấy rất vui tính.

4. Theo Nam, thái độ của cô tiếp tân rất dễ chịu.

5. Vì đối với cô, không gì vui bằng những lời khen của khách.

3.1 - phóng viên - còn - và - cao - trắng - hai mí - mặc dù - không ai

Phụ lục 2: Đáp án

4.1
1. Người giật túi xách của cô Mai là đàn ông.
2. Không ai đuổi kịp người đó.
3. Không phải. Người đó hơi gầy.
4. Người đó thấp.
5. Tóc người đó ngắn.

4.2
1. Em bé đi lạc tên Trần Văn Tuấn.
2. Em ấy 11 tuổi.
3. Khi đi lạc, em ấy mặc áo thun, màu trắng.
4. Tóc em ấy ngắn.
5. Địa chỉ của em ấy ở số 105C, đường 3-3, thành phố Cần Thơ.

5.1
1. Trong lớp tôi, không ai cao bằng anh ấy.
2. Đối với ông ấy, không đâu đẹp bằng quê hương.
3. Sáng nay tôi không nói chuyện với người nào cả.
   Sáng nay không người nào nói chuyện với tôi cả.
4. Ông ấy là một người mà không ai muốn làm quen.
5. Không gì vui bằng được gặp lại bạn cũ.
6. Không gì buồn bằng phải chia tay với bạn thân.

5.2
1. Tôi đã tìm cả chợ nhưng không đâu bán túi xách loại đó.
2. Anh ấy đã đi du lịch nhiều nơi nhưng không đâu anh ấy thích bằng ở đây.
3. Mặc dù anh ấy cố gắng giải thích nhiều lần nhưng không ai hiểu anh ấy muốn nói gì.
4. Không ai là không có lỗi lầm.
5. Anh ấy luôn luôn nói với cô ấy: "Không ai đẹp bằng em. Không ai yêu em bằng anh."
6. Theo cô ấy, không gì thích bằng được uống cà phê với bạn bè vào sáng chủ nhật.
7. Cô ấy là sinh viên học chăm nhất lớp tôi. Không ngày nào cô ấy nghỉ học.

5.3 Đáp án tự do

Bài 12

1
1. Không phải. Ngoài báo Phụ Nữ, cô ấy còn thích đọc báo Thanh Niên và báo Tuổi Trẻ.
2. Báo Phụ Nữ dành cho giới nữ, còn Thanh Niên và Tuổi Trẻ có nhiều tin tức thời sự.
3. Mỗi buổi sáng, Bội Lan vừa ăn sáng vừa đọc báo.
4. Cô Bội Lan không thích xem phim kinh dị.
5. Không phải. Cô ấy nghĩ sắc đẹp không phải là tất cả.

4.1
1. Bình làm việc ở ngân hàng.
2. Chủ nhật này Bình đến nhà Nam chơi.
3. Nam chuyển nhà ba tháng rồi.
4. Nhà mới của Nam ở số 940 Nguyễn Đình Chiểu.

4.2
1. Tom muốn thuê một căn nhà nhỏ, tiện nghi.
2. Tom muốn ở gần trung tâm thành phố.
3. Những căn nhà mà Tom đã đến xem chỗ thì quá đắt, chỗ thì không được tiện nghi lắm.
4. Căn nhà mà Dũng giới thiệu cho Tom khoảng hai triệu rưỡi một tháng.

5.1
1. Cô ấy chỉ làm những gì cô ấy thích.
2. Mười hai giờ đêm, tất cả các quán ở khu vực này đều đóng cửa.
3. Chị ấy rất thích những bài hát viết về quê hương.
4. Hôm qua các anh đã gặp những ai?
5. Vào thứ bảy và chủ nhật, các công viên thường rất đông.
6. Mấy tháng nay các khách sạn đều giảm giá.
7. Các nhân viên trong khách sạn này đều mến Thomas vì anh rất vui tính.

Phụ lục 2: Đáp án

5.2
1. Phim nào tôi cũng thích xem, trừ phim kinh dị.
2. Bà ấy có hai căn nhà ở Quận 3. Ngoài ra bà ấy còn có một ngôi biệt thự ở Đà Lạt.
3. Chị ấy nói giỏi tiếng Pháp. Ngoài ra chị ấy còn nói giỏi tiếng Trung Quốc nữa.
4. Chuyện ấy cả công ty ai cũng biết, trừ ông ấy.
5. Cô ấy đã được nhận vào làm việc ở công ty du lịch. Ngoài ra Báo Thanh Niên cũng nhận cô ấy làm cộng tác viên.
6. Các cô gái Hưng quen đều thích đi mua sắm, trừ Nga.

5.3
1. Không phải ngày nào tôi cũng thức dậy trễ.
2. Không phim nào làm nó thích.
3. Không phải nhà hàng nào cũng vừa ngon vừa rẻ.
4. Không sáng nào anh ấy không uống cà phê.
5. Không phải cô gái nào cũng thích để tóc dài.
6. Không cô gái nào chịu được tính ích kỷ của em trai tôi.

5.4
1. Cô ấy vừa đẹp vừa thông minh.
2. Em ấy vừa ăn tối vừa xem ti vi.
3. Cái tủ lạnh này vừa tốt vừa rẻ./ Cái tủ lạnh này tuy rẻ nhưng tốt.
4. Thức ăn ở quán này vừa nhiều vừa ngon.
5. Cô ấy vừa đẹp người vừa đẹp nết.
6. Chị ấy vừa cười vừa nói.
7. Căn nhà này tuy không chật nhưng cũng không rộng.
8. Khu vực này vừa yên tĩnh vừa gần trung tâm thành phố./ Khu vực này tuy gần trung tâm thành phố nhưng rất yên tĩnh.

Phụ lục 2: Đáp án

5.5
1. Ông ấy có thói quen vừa đọc báo vừa nghe nhạc.
2. Phóng viên vừa hỏi vừa ghi chép những câu trả lời của cô diễn viên đó.
3. Có hai người đến khách sạn tìm ông Kim. Một người thì nói được tiếng Việt, còn người kia thì chỉ nói được tiếng Hàn Quốc.
4. Nhà cũ thì gần trường nhưng quá ồn. Nhà mới thuê thì yên tĩnh nhưng đi bằng xe máy mất đến 45 phút.
5. Phòng Thu vừa mát, đẹp, thoáng vừa đầy đủ tiện nghi.
6. Vợ Nam thì thích xem cải lương. Còn Nam thì thích xem bóng đá.

5.6
1. Mặc dù nhỏ nhưng căn nhà này rất tiện nghi.
2. Mặc dù rất cố gắng nhưng em ấy thường đến lớp muộn.
3. Mặc dù không đẹp trai nhưng anh ấy được nhiều cô gái thích.
4. Mặc dù không có nhiều tiền nhưng ông ấy thường đi du lịch nước ngoài.
5. Mặc dù tốt nghiệp đại học Luật nhưng anh ấy muốn trở thành hướng dẫn viên du lịch.
6. Mặc dù không thích có nhiều bạn bè nhưng chị ấy vẫn mời các đồng nghiệp mới đến nhà ăn tối.

5.7 Đáp án tự do

5.8 Đáp án tự do

5.9 Đáp án tự do

PHỤ LỤC 3
BẢNG TỪ

an ninh (b.12)	secure
an ủi (b.11)	to console
ảnh (bức ~) (b.6)	picture, photo
áo cưới (b.12)	wedding dress
áo khoác (b.1)	coat
áo sơ mi (b.1)	shirt
áo vét (b.12)	suit coat
ăn sáng (b.5)	to have breakfast
ấn tượng (tranh ~) (b.6)	impressionist (painting ~)
âm nhạc (b.9)	music
bà con (b.4)	relative
ba lô (b.9)	backpack
bắc (b.4)	north
bãi biển (b.4)	beach
bài hát (b.1)	song
bài viết (b.12)	article
ban đêm (b.10)	night
bàn (b.1)	table
bán (b.1)	to sell
bạn bè (b.8)	friends
bạn thân (b.9)	close friend
bạn trai (b.11)	boyfriend
bạn đọc (b.9)	reader
bánh (b.9)	cake, pie
bánh mì (b.10)	bread
bao lâu (b.4)	how long
bảo hành (b.1)	guarantee, warrenty
bảo vệ (b.4)	guard
báo (b.3)	to inform
báo (tờ ~) (b.8)	newspaper
bạo lực (b.8)	violent
bận (b.3)	busy
bận rộn (b.8)	be busy
bất đắc dĩ (b.7)	unwillingly
bất hạnh (b.8)	unfortunate
béo (b.11)	fat
bên cạnh (b.7)	next to
bền (b.1)	stable, durable
bệnh/ ốm (b.2)	to be ill, be sick
bệnh nhân/ người bệnh (b.2)	patient
bị cảm (b.2)	to catch cold
bia (b.6)	beer
biển (b.4)	sea
biệt thự (b.7)	villa
bình thường (b.9)	normal, usual
bò (b.1)	bull, cow
bò sữa (b.6)	milk cow
bỏ (b.8)	to give up, to throw away
bó (hoa) (b.12)	bouquet, bunch
bóng đá (b.8)	football
bộ (~ quần áo) (b.6)	a set (~ of clothes)
bộ phim (b.8)	film, movie
bộ sưu tập (b.9)	collection
bồn tắm (b.7)	bathtub
bông hồng/ hoa hồng (b.12)	rose
bờ biển (b.5)	seashore
bơi (b.9)	to swim
buổi (b.9)	length of time
buổi tối (b.8)	evening
buồn (b.2)	sad
buồn chán (b.9)	sad and despondent
buồn ngủ (b.2)	to be sleepy

Phụ lục 3: Bảng từ

buồn nôn (b.2)	to feel nauseous	câu hỏi (b.3)	question
bữa ăn (b.2)	meal	cầu lông (b.8)	badminton
bưởi (b.1)	pomelo, grapefruit	cậu bé (b.11)	little boy
bướm (b.9)	butterfly	cây/ cây số (b.8)	kilometer
bưu điện (b.3)	post office	chà (b.11)	oh, well
ca nhạc (b.3)	music and song	chai (b.8)	bottle
cà phê (b.8)	coffee	chả giò (b.6)	spring roll
cả hai (b.12)	both	chanh (b.9)	lemon (fruit)
cá (b.8)	fish	chăm (b.9)	hard working, industious
cá kho (b.9)	braised fish		
cá nhân (b.3)	individual	chăm học (b.8)	studious
cách (b.4)	far away from	chẳng (b.4)	not
cách phục vụ (b.4)	way of service	chẳng hạn (b.9)	for example, such as
cài (hoa) (b.12)	to pin (a flower)	chân (b.2)	leg, foot
cái đẹp (b.11)	beauty	chất lượng (b.1)	quality
cái nết (b.11)	virtue	châu Âu (b.10)	Europe
cãi nhau (b.8)	to argue	châu Mỹ (b.10)	America
cam (b.1)	orange	chết (b.11)	to die
cảm thấy (b.2)	to feel	chi tiết (b.12)	detail
canh chua (b.9)	sour soup	chia tay (b.11)	to say good-bye
cảnh (phong ~; thắng ~) (b.4)	view, landscape	chìa khóa (b.5)	key
		chính (b.8)	oneself (to distinguish one from others)
cao (b.1)	high		
cao nguyên (b.4)	highland, plateau	chính trị (b.4)	political
cao ốc (b.7)	building, sky-scraper	chịu (b.12)	to undergo, to suffer
càu nhàu (b.10)	to grunt, to grumble	cho phép (b.2)	to permit, to allow, to authorize
cắm hoa (b.9)	to arrange flowers		
căn hộ (b.7)	flat, appartment	cho thuê (b.7)	to rent
căng (b.10)	tense	chó (b.1)	dog
căng thẳng (b.2)	stress	chọn (b.1)	to choose
cắt (~ điện thoại) (b.3)	(phone ~) to be disconnected	chóng mặt (b.2)	to fell dizzy
		chỗ (b.7)	place, spot
cân nặng (b.9)	weight	chỗ làm (b.10)	workplace
cần/ cần phải (b.3)	to need, must	chôm chôm (b.1)	rambutan
cần thiết (b.3)	necessary	chồng (b.6)	husband
cấp cứu (b.3)	ambulance, first aid	chờ (b.4)	to wait
cất giữ (b.4)	to store	chở (b.5)	to carry
câu cá (b.8)	to fish	chợ (b.1)	market

chủ (b.6)	owner	công nghiệp (b.4)	industry, industrial
chủ nhà (b.7)	owner of the house	công trình (b.12)	works
chú rể (b.12)	bridegroom	công ty xây dựng (b.10)	construction company
chùa (b.4)	pagoda		
chuẩn bị (b.4)	to prepare	công việc (b.9)	work, job
chuẩn bị (b.8)	to prepare	công viên (b.4)	park
chúc (b.4)	to wish	cộng tác viên (b.12)	collaborator
chúc mừng (b.10)	congratulations, well wishing	cơ quan (b.3)	office
		cỡ (b.1)	size
chục (b.1)	ten	cởi mở (b.11)	open-minded
chung (b.6)	together	cũ (b.1)	old (thing)
chung cư (b.7)	appartment building	cúm (b.6)	flu
chúng mình (b.8)	we, us	cụng ly (b.8)	to clink glasses
chuối (b.1)	banana	cuộc đời (b.11)	life
chuông (b.3)	bell	cuộc họp (b.10)	meeting
chụp (~ảnh) (b.6)	to take photo	cuộc sống (b.8)	life
chụp X quang (b.2)	to take an X-ray	cuối (~năm) (b.4)	at the end of (~ the year)
chuyên môn (b.10)	qualification, skill		
chuyên ngành (b.10)	specialty, branch of specialty	cuối cùng (b.1)	finally, in the end
		cử nhân (b.10)	bachelor (holder of a degree)
chuyển (b.10)	to move		
chuyện (b.6)	matter	cứ (b.7)	to keep doing
chuyến bay (b.3)	flight	cửa (b.12)	door
chứng chỉ (b.10)	certificate	cửa hàng (b.1)	shop, store
chương trình (b.4)	program	cửa sổ (b.5)	window
có khi (b.10)	sometimes	cười (b.9)	to smile, to laugh
có lẽ (b.3)	maybe, perhaps	cứu hỏa (b.3)	fire
có thể (b.7)	can	da (b.11)	skin
con (b.6)	child	dài (b.11)	long
con gái (b.11)	daughter	dám (b.9)	to dare
con trai (b.11)	son	dáng (b.11)	shape, form (of person)
cô dâu (b.12)	bride		
cổ (b.11)	neck	dành cho (b.12)	to be reserved for
cố đô (b.4)	old capital	dày (b.1)	thick
cố gắng (b.11)	to attempt	dân ca (b.9)	folk song
công an (b.3)	police	dậy (b.8)	to get up, to wake up
công chức (b.9)	government official	dép (b.1)	slipper
công cộng (b.3)	public		

Phụ lục 3: Bảng từ

dễ chịu (b.2)	agreeable, comfortable	đau đầu (b.2)	to have a headache
dễ dùng (b.1)	easy to use	đau răng (b.2)	to have a toothache
dễ thương (b.1)	lovely	đặc biệt (b.8)	special
dễ tính (b.10)	easy going (about someone's personality)	đăng ký (~ vé) (b.5)	to book (~ a ticket)
		đắt (b.1)	expensive
di động (điện thoại ~) (b.3)	mobile (~ phone)	đặt (~ phòng) (b.5)	to book, to reserve (~ a room)
		đầu (ban ~) (b.9)	first first
di tích (b.4)	vestige	đầu tiên (b.1)	sufficient
dịch vụ (b.3)	service	đầy đủ (b.5)	black
diễn viên (b.9)	actor, actress	đen (b.1)	to wear (~a tie)
diện tích (b.12)	area, surface	đeo (~cà vạt) (b.12)	handsome
diện tích sử dụng (b.12)	habitable area	đẹp trai (b.11)	to propose
		đề nghị (b.6)	both, all
dịp (b.4)	occasion, chance	đều (b.4)	to walk
doanh nghiệp (b.10)	business	đi bộ (b.8)	
dọc đường (b.10)	along	đi dạo (b.9)	to have a walk
dọn (~ nhà) (b.7)	to move	đi khám bệnh/ đi khám bác sĩ (b.2)	to go to the doctor
dọn dẹp (b.7)	to tidy up		
dối/ ẩu (b.2)	careless, reckless	đi lạc (b.11)	to lose one's way
du khách (b.4)	tourist	địa chỉ (b.11)	address
du lịch (b.4)	travel	điểm (~ giống) (b.9)	point
du lịch ba lô (b.5)	back packer	điểm/ địa điểm (b.3)	place, location
dùng (b.1)	to use	điện (b.1)	electricity
duyên dáng (b.12)	charming, gracious	điện ảnh (b.9)	movie
dược sĩ (b.2)	pharmacist, chemist	điện thoại (b.3)	telephone, phone
dưới (b.5)	under	điện tử (b.1)	electronic
dữ liệu (b.12)	data	điều (b.8)	thing, fact, matter
dự báo thời tiết (b.3)	to forecast (weather)	định (b.4)	to intend
đại học (b.6)	university	đỏ (b.1)	red
đám cưới (b.12)	wedding ceremony	đoạn (~ đường) (b.4)	section (of road)
đàn (b.9)	musical instrument	đóng cửa (b.2)	to close the door
đàn ông (b.11)	man	đồ chơi (b.12)	toys
đánh (b.11)	to hit, to fight	độ cao (b.4)	height
đau (b.2)	sore, ache, pain	độc giả (b.12)	reader
đau bụng (b.2)	to have a stomachache	độc thân (b.9)	single
		đôi (b.1)	pair

đôi khi (b.10)	sometimes, from time to time
đổi (b.5)	to change
đối với (b.11)	for, about, according to
đông (b.4)	east
đông (b.5)	many
đồng bằng sông Cửu Long (b.4)	Mekong Delta
đồng hồ (b.1)	watch, clock
đồng nghiệp (b.10)	colleague
đồng ý (b.1)	to agree
đỡ (~ đau, ~ đói) (b.2)	to relieve (one's pain, one's hunger)
đời (b.1)	model
đủ (b.1)	enough
đúng giờ (b.8)	on time
đuổi theo (b.11)	to pursue, to chase
đưa (b.2)	to take; to conduct
đừng (b.9)	do not (imperative)
đường (b.6)	street
đường dây (b.3)	line
ế chồng (b.11)	to not get married (girl, woman)
êm ả (b.6)	calm, peaceful
ga ra (b.7)	garage
gà (b.1)	cock, fowl, chicken
gạch men (b.12)	brick
gặp nhau (b.3)	to meet each other
gần (b.1)	near
gần đây (b.5)	recently, these days
gấp (b.7)	urgent
gầy (b.11)	thin
ghét (b.9)	to hate
ghi (b.3)	to write
ghi chép (b.12)	to take notes
gia đình (b.4)	family
già (b.5)	old
giá (~ vàng) (b.3)	price (~ of gold)
giá cả (b.3)	prices
giá thương lượng (b.7)	negotiated price
giá trị (b.4)	value
giải đáp (b.3)	to answer, to clear up
giải thích (b.5)	to explain
giải trí (b.4)	entertainment
giảm giá (b.12)	to discount
giảng bài (b.11)	to explain the lesson
giảng dạy (b.12)	teaching, to teach
giáo sư (b.3)	professor
giàu (b.5)	rich
giày (b.1)	shoes
giày cao gót (b.1)	high heels
giày dép (b.1)	footwear
giặt (b.5)	to wash (~ clothes)
giấc mơ (b.10)	dream
giận (b.8)	angry
giấy phép (b.12)	license
giật (b.11)	to grab
giấy tờ (b.7)	papers, documents
giống (b.4)	like, similar to, to resemble
giới thiệu (b.4)	to introduce
giùm/ giúp/ hộ (b.5)	do sth. for sb.
giúp (b.11)	to help
giữ (b.9)	to keep
giữa (b.4)	middle
giường (b.1)	bed
gọi (~ điện/ ~ điện thoại) (b.3)	to phone, to call
gọi (~ tắc xi) (b.5)	order (~ a taxi)
gửi (tiền) (b.10)	to deposit
hài lòng (b.8)	be satisfied
hải cảng (b.4)	seaport

Phụ lục 3: Bảng từ

hàng/ hằng (~ năm) (b.4)	every (~ year)	huýt sáo (b.11)	to whistle
hàng hiên (b.12)	veranda	hưởng (b.12)	to enjoy
hàng ngày (b.9)	everyday	hướng (b.4)	direction
hàng tháng (b.10)	every month	hướng dẫn (b.4)	to conduct, to guide
hàng xóm (b.6)	neighbor	hướng dẫn viên (b.4)	guide
hành lý (b.4)	luggage	ích kỷ (b.11)	selfish
hạnh phúc (b.6)	happy	ít khi/ hiếm khi (b.2)	rarely
hao (b.1)	to waste, be wasteful	kem (b.9)	cream
hát (b.12)	to sing	kém/ dở (b.2)	bad
hay (b.8)	interesting	kéo dài (b.4)	to prolong, to extend
hè (b.4)	summer	kế bên (b.7)	next to
hẻm (b.7)	small lane	kế hoạch (b.9)	plan
hết (b.2)	to finish, to end	kế toán (b.10)	accountant
hiện (b.12)	now, at present	kênh (b.8)	channel
hiện đại (b.1)	modern	khá (b.3)	rather
hiệu (b.1)	brand, mark	khả năng (b.10)	ability
hình như (b.3)	to seem, to appear	khác (b.1)	other, else
ho (b.2)	to cough	khách (b.5)	guest
hoa/ bông (b.4)	flower	khách sạn (b.3)	hotel
hóa đơn (b.5)	bill, receipt	khán giả (b.4)	spectator
họa sĩ (b.12)	painter (artist)	khắp nơi (b.11)	everywhere
học bài (b.8)	to learn one's lesson	khí hậu (b.4)	climate
học tập (b.6)	to study	khiêu vũ (b.9)	to dance
hỏng/ hư (b.6)	be broken down, be out of order	khó chịu (b.2)	to feel bad
		khó khăn (b.8)	difficult
họp (b.3)	meeting	khó thở (b.2)	to have breathing difficulties
hồ (b.4)	lake	khó tính (b.10)	difficult (about someone's personality)
hộ chiếu (b.5)	passport		
hội họa (b.9)	painting	khoa (b.3)	faculty
hồng (màu ~) (b.9)	pink (colour)	khóc (b.8)	to cry
hơn nữa (b.10)	moreover, additionally	khỏe mạnh (b.2)	healthy
		khỏi (~ bệnh) (b.2)	to recover
hợp (b.10)	to fit, appropriate	khỏi (b.6)	out of
hợp đồng (b.3)	contract	không bao giờ (b.8)	never
hợp lệ (b.7)	lawful	khu du lịch (b.4)	tourist area
hộp thư (b.3)	mailbox	khu phố (b.12)	quarter (part of a city ward)
hút thuốc (b.2)	to smoke		

khu vực (b.7)	area
khu vực (bưu điện ~) (b.3)	local area (~ post)
khuyên (b.2)	to advise
ki lô mét/ cây số (b.4)	kilometer
kí/ kí lô (b.1)	kilogram
kịch nói (b.9)	play
kiểm tra (b.2)	to test, to examine
kiếng (b.12)	glass
kinh doanh (b.7)	business
kinh nghiệm (b.10)	experience
kinh tế (b.9)	economy
kịp (b.11)	in time
kỹ/ kỹ lưỡng (b.2)	careful, thorough
kỷ luật (b.10)	discipline, rule, regulation
lạ (b.4)	unknown
làm ăn (b.6)	to do business
làm quen (b.9)	to get acquainted
lao động (b.10)	to work
Lào (b.4)	Laos
lầm/ nhầm (b.2)	to be wrong
lần (b.3)	time occurance
lập gia đình (b.11)	to get married
lâu (b.4)	long time
lâu đài (b.6)	palace, castle
lầu (b.7)	floor
lấy (b.8)	to take
lịch (b.3)	calendar, schedule
lịch sử (b.4)	history
lịch sự (b.7)	polite
liên hệ (b.7)	to communicate, to contact
liên lạc (b.3)	to contact
lĩnh lương/ lãnh lương (b.2)	to receive one's salary
lo/ lo lắng (b.2)	to worry
loại (b.1)	kind
lỗi lầm (b.11)	mistake, error
lời khen (b.11)	compliment
lớn (b.1)	big, large
lớn lên (b.6)	to grow up
lớp (b.4)	class
lớp học (b.7)	classroom
luật (b.12)	law
lúc đầu (b.6)	at first
lúc nãy/ hồi nãy (b.3)	a moment ago
lùn (b.11)	short
luôn luôn (b.8)	always
lương/ lương bổng (b.10)	salary
lượng/ lạng (b.7)	tael
lý do (b.10)	reason
lý tưởng (b.4)	ideal
màn hình (b.1)	screen
mang (b.5)	to carry
mạng (b.12)	net
màu (b.1)	colour
máy (b.1)	machine
máy ảnh (b.1)	camera
máy bay (b.3)	airplane
máy cassette (b.1)	cassette player
máy giặt (b.1)	washing machine
máy lạnh (b.1)	air-conditioner
máy tắm nước nóng (b.7)	water heater (for taking a shower)
mặc (b.1)	to wear
mặc dù (b.10)	though
măng cụt (b.1)	mangosteen
mặt (b.11)	face
mặt hàng (b.3)	article, item
mập (b.9)	fat
mất ngủ (b.2)	to lose sleep
mất việc (b.10)	to lose one's job

Phụ lục 3: Bảng từ

mẫu giáo (b.10)	kindergarten	mũi (b.11)	nose
mèo (b.1)	cat	muộn (b.2)	late
mến (b.12)	to love, to like	mức lương (b.10)	salary level
mệt (b.2)	to be tired	mực nước biển (b.4)	sea-level
mệt mỏi (b.2)	tired	mướn/ thuê (b.7)	to hire, to rent
mí (mắt) (b.11)	eyelid	mượn (b.8)	to borrow
miền Bắc (b.4)	Northern region	nải (~chuối) (b.1)	hand, bunch (~ of bananas)
miền Nam (b.4)	Southern region	nam (b.4)	south
miền quê (b.6)	countryside	năm ngoái (b.4)	last year
miền Trung (b.4)	Central region	nằm bệnh viện (b.2)	to be hospitalized
miễn phí (b.2)	free of charge	nặng (bệnh ~) (b.2)	serious
miệng (b.11)	mouth	nặng nhọc (b.10)	heavy, hard, tired
mọi (~ người) (b.6)	every (~body)	nâu (b.1)	brown
mỏi (b.2) món	to get tired	nấu ăn (b.9)	to cook
ăn (b.4) món	dish, food	nết (b.11)	virtue
uống (b.6)	drink	ngạc nhiên (b.4)	be surprised
mong (b.11)	to hope, to expect	ngành (b.10)	branch
môi (b.11)	lip	ngay (~ tức thì) (b.2)	right away, immediately
môn thể thao (b.9)	sport	ngắm cảnh (b.4)	to enjoy a view
một lát (b.9)	a while (indefinite period of time)	ngắn (b.11)	short (thing)
một mình (b.4)	be alone, lonely	ngân hàng (b.7)	bank
một số (b.2)	some, a number of	nghe nói (b.4)	to hear that …
mở (~ ti-vi) (b.2)	to turn on	nghèo (b.2)	poor
mở (~ nhà hàng) (b.10)	to set up	nghĩ (b.10)	to think
mở cửa (b.2)	to open the door	nghỉ (b.2)	to have a rest
mời (b.6)	to invite	nghỉ hưu (b.9)	to be retired
mới (b.1)	new	nghỉ mát (b.4)	to take vacation
mới (~ xây) (b.7)	recently, newly	nghỉ việc (b.10)	to quit one's job
mũ (b.1)	hat	nghiên cứu (b.8)	to research
mua (b.1)	to buy	ngoài (b.5)	outside
mua sắm (b.1)	shopping	ngoài ra (b.5)	besides
mùa (b.4)	season	ngoại ngữ (b.10)	foreign language
mùa hè (b.4)	summer	ngoại ô (b.7)	outskirts of town, suburbs
mùa thu (b.4)	autumn	ngoại thương (b.12)	foreign trade
múa rối nước (b.9)	water puppet	ngon (b.1)	delicious
mục (b.7)	item		

ngôn ngữ (b.12)	language	nhẹ (bệnh ~) (b.2)	minor
ngủ ngon (b.2)	to sleep well	nho (b.1)	grape
người bán (b.1)	seller	nhỏ (b.1)	small
người bảo vệ (b.9)	security guard	nhóm (b.4)	group
người dân (b.4)	people	nhờ (b.5)	to ask
người đàn ông (b.4)	man	nhớ (b.6)	to miss
người Hoa (b.4)	Chinese people	nhớ (b.8)	to remember
người quen (b.4)	acquaintance	nhức đầu (b.2)	to have a headache
nguyên căn (b.7)	the whole house	nơi (b.4)	place
nha sĩ (b.2)	dentist	nói chuyện (b.3)	to talk
nhà bếp (b.7)	kitchen	nói dối (b.9)	to lie
nhà cho thuê (b.6)	house for rent	nói lại (b.3)	to repeat
nhà cửa (b.7)	housing	nói thách (b.1)	to say a price higher than the real price
nhà đất (b.7)	real estate		
nhà hàng (b.5)	restaurant	nóng (b.4)	hot
nhà khách (b.5)	guesthouse	nổi tiếng (b.4)	famous
nhà mặt tiền (b.7)	street front property	nội thất (b.7)	interior
nhà máy (b.10)	factory, plant	nông dân (b.2)	farmer
nhà riêng (b.2)	private house, residence	nông trại (b.6)	farm
		nuôi (b.6)	to bring up, to feed
nhà sách (b.3)	bookstore	nữ diễn viên (b.12)	actress
nhà tắm (b.7)	bathroom	nữ giới (b.12)	woman, female
nhà trọ (b.5)	inn	nữ sinh (b.11)	schoolgirl
nhà vệ sinh (b.7)	toilet	nước ngoài (b.4)	foreign, overseas
nhạc nhẹ (b.8)	light music	ô nhiễm (b.4)	pollution, polluted
nhàn (b.10)	unoccupied, not busy	ô tô (b.4)	car
nhãn (b.1)	longan	ổi (b.1)	guava
nhấc máy (~ điện thoại) (b.3)	to pick up (~ the receiver)	ôm (b.12)	to carry in one's arm, hug
nhắn/ nhắn lại (b.3)	to leave a message	ốm/ gầy (b.11)	thin
nhắn tin (b.3)	to send a message	ồn (b.12)	noisy
nhầm (b.2)	to mistake	phàn nàn (b.11)	to complain
nhân dạng (b.12)	figure (of a person)	Pháp văn (b.12)	French (language)
nhân tiện (b.5)	by the way, at the same time	phân (b.1)	centimeter
		phim (b.8)	film, movie
nhận (b.5)	to receive	phim bạo lực (b.8)	violent movie
nhật báo (b.9)	daily paper	phim buồn (b.9)	sad movie
nhẹ (b.1)	light	phim hài (b.8)	comedy

Phụ lục 3: Bảng từ

phim kinh dị (b.12)	horror movie	quyết định (b.5)	to decide
phim tình cảm xã hội (b.8)	social-emotional movie	ra đời (b.11)	to be born
phim truyền hình (b.8)	TV movies	ra viện (b.6)	to be discharged from hospital
phong cảnh (b.4)	scenery	rảnh/ rỗi (b.3)	free
phòng (~ đơn / ~ đôi) (b.5)	room (single ~/ double ~)	rảnh rỗi (b.8)	unoccupied
		rao vặt (b.7)	small ads
		rạp (b.3)	cinema, theatre
phòng ăn (b.7)	dining room	rau (b.9)	vegetable
phòng khách (b.7)	living room	rau sống (b.9)	leafy vegetable
phòng khám tư/ phòng mạch tư (b.2)	private clinic	răng (b.11)	teeth
		rằng (b.8)	that
		rẻ (b.1)	cheap
phòng ngủ (b.7)	bedroom	reng/ reo (b.3)	to ring
phòng thu (b.12)	audio studio	riêng (b.3)	private
phỏng vấn (b.9)	to interview	rộng (b.1)	large, wide
phù hợp (b.10)	suitable, appropriate	rủ (~ bạn) (b.3)	to invite (~ a friend)
phụ nữ (b.11)	woman	rửa mặt (b.8)	to wash face
phục vụ (b.4)	to serve	rượu (b.2)	alcohol
phương tiện (b.4)	means	sách báo (b.9)	books and newspapers
pin (b.6)	battery		
quan hệ (b.10)	relationship	sách vở (b.8)	books
quản lý (b.3)	to manage	sạch (b.5)	clean
quản trị kinh doanh (b.10)	business administration	sạch sẽ (b.5)	clean, tidy
		sản xuất (b.1)	to produce
quan trọng (b.4)	important	sang trọng (b.5)	luxurious
quảng cáo (b.4)	advertisement	sáng (b.5)	light
quạt máy (b.1)	fan	sáng tác (b.9)	to create
quạt trần (b.7)	ceiling fan	sắc đẹp (b.9)	beauty
quần (b.1)	pants, trousers	sẵn sàng (b.5)	be ready
quần áo (b.1)	clothes	sắp xếp (b.5)	to arrange
quầy (~ sách báo) (b.3)	stall, kiosk	sắt (b.12)	iron
		sân (b.7)	yard
quen thuộc (b.6)	familiar, well-known	sân sau (b.7)	back yard
quê/ quê hương (b.6)	homeland	sân thượng (b.7)	terrace (on roof)
		sân trước (b.7)	front yard
quên (b.3)	to forget	sầu riêng (b.1)	durian
quốc tế (b.3)	international	si mê (b.11)	to fall in love

siêu thị (b.7)	supermarket	tây (b.4)	west
sinh (~ ra) (b.6)	be born	tem (b.9)	stamp
sinh tố (b.9)	smoothie	tẹt (~ mũi) (b.11)	flat (~ nose)
so với (b.4)	in comparison with	thái độ (b.11)	attitude
sổ mũi (b.6)	to have a running nose	Thái Lan (b.4)	Thailand
		tham gia (b.9)	to participate
số điện thoại (b.3)	phone number	tham quan (b.4)	sightseeing
sông (b.4)	river	tháng (b.1)	month
sốt (b.2)	to have a fever	thanh niên (b.11)	young people, youth
sơ cấp (trình độ) (b.12)	elementary (level)	thanh toán (b.3)	to pay
		thay đổi (b.6)	to change to
sở thích (b.8)	hobby, liking	thăm (b.4)	visit beautiful
sợ (b.8)	to fear	thắng cảnh (b.4)	site close
sớm (b.3)	early	thân (bạn ~) (b.9)	(~friend)
suy nghĩ (b.3)	to think	thân ái (b.6)	cordial
sự thật (b.10)	truth	thân thiện (b.4)	friendly
sữa (b.9)	milk	thấp (b.10)	low
sửa (b.5)	to repair	thất vọng (b.11)	be disappointed
sức khỏe (b.2)	health	thật (~ tuyệt vời) (b.4)	really (~ wonderful)
sưu tập (b.9)	to collect		
ta (người ~)	people	thấy (b.1)	to see
tai nạn (b.2)	accident	thẻ điện thoại (b.3)	phone card
tài (b.12)	talent, talented	theo (đi ~) (b.7)	to follow
tài sản (b.6)	property	thể thao (b.1)	sports
tàu/ tàu thủy (b.4)	ship, boat	thế giới (b.10)	world
tắm (b.2)	to have a bathe	thiết yếu (b.3)	necessary
tắm biển (b.4)	to swim in the sea	thiếu (b.10)	to lack
tăng (~ giá) (b.6)	increase (~ the price of)	thiếu nhi (b.10)	children
		thỉnh thoảng (b.8)	sometimes
tặng (b.6)	to offer, to give (used in a special occasion)	thịt (b.9)	meat
		thỏa thuận (b.10)	to agree, to consent
		thoải mái (b.5)	(to feel) at ease, be relaxed
tắt (b.10)	to turn off		
tâm lý (b.8)	psychology	thoáng (b.12)	ventilated
tầng/ tầng lầu (b.5)	floor	thoáng mát (b.5)	airy, ventilated
tập (b.8)	episode	thói quen (b.8)	habit
tập trung (b.4)	to concentrate	thon thả (b.11)	slim (figure of a person)
tất nhiên (b.7)	of course, certainly		

Phụ lục 3: Bảng từ

thôi việc (b.10)	to quit one's job	tìm đến (b.5)	to ask how to get (a place)
thông minh (b.8)	intelligent	tím (b.1)	violet
thông thạo (b.12)	fluently	tin (b.3)	news
thông tin (b.3)	information	tin (b.11)	to believe
thở (b.2)	to breathe	tin học (b.10)	informatics
thời gian (b.6)	time	tin tức (b.9)	news
thời hạn (b.1)	term	tính tình (b.11)	personality
thời sự (b.12)	news	toán (b.8)	mathematics
thời tiết (b.4)	weather	tóc (b.11)	hair
thời trang (b.8)	fashion	tổ chức (b.4)	to organize
thơm (b.1)	perfumed, aromatic	tôm nướng (b.6)	grilled shrimp
thủ đô (b.4)	capital	tốt bụng (b.11)	nice, kind
thú thật (b.8)	to be honest, to tell the truth	tốt nghiệp (b.10)	to graduate
thú vị (b.4)	interesting, pleasant	trà (b.9)	tea
thuê (b.5)	to rent	trả lời (b.3)	to answer
thuê nhà (b.7)	to rent a house	trả phòng (b.5)	to check out
thuốc (b.2)	medicine	trả tiền (b.5)	to pay
thuốc/ thuốc lá (b.9)	tobacco, cigarette	trả trước (b.7)	to pay in advance
thuốc ho (b.2)	cough medicine	trạm điện thoại (b.3)	telephone booth
thuốc ngủ (b.2)	sleeping-pill	trang bị (b.7)	to equip
thư (b.5)	letter	tranh (b.6)	painting
thư viện (b.8)	library	trắng (b.1)	white
thương mại (b.10)	trade	trật tự (b.12)	order
thương yêu (b.6)	to love	trẻ (b.12)	young
thưởng (b.10)	to reward	trên (b.5)	on
tiệm (b.1)	shop, store	trệt (tầng ~) (b.7)	ground floor
tiệm ăn (b.11)	small restaurant	triệu (b.1)	million
tiền (b.1)	money	trình độ (b.12)	level
tiền cước/ cước phí (b.3)	cost, fee	trò chơi (b.8)	game
tiền thưởng (b.10)	bonus	trọn gói (du lịch ~) (b.9)	package (~ tour)
tiện lợi (b.3)	convenient	trong (b.5)	in
tiện nghi (b.5)	comfortable	trong nước (b.3)	domestic
tiếp/ tiếp tục (b.7)	to continue	trông... có vẻ... (b.2)	to look like
tiếp tân (b.5)	reception, receptionist	trống (phòng ~) (b.5)	vacant (~ room)
tiểu thuyết (b.8)	novel		

trung cấp (b.12)	intermediate	út (b.11)	youngest (child)
trung tâm (b.4)	center	ưa (b.10)	to like
trừ (b.7)	except	ưa thích (b.9)	to like, to prefer
trước (b.4)	before	ước muốn (b.9)	hope, wish
trước đây (b.8)	previously, formerly, before now, in the past	vài (b.6)	some
		văn hóa (b.3)	culture
		văn hóa (trình độ) (b.12)	education level
trước khi (b.7)	before		
trường đại học/ đại học (b.3)	university	văn học (b.8)	literature
		văn phòng (b.7)	office
trường học (b.7)	school	vàng (b.1)	yellow
trưởng phòng (b.10)	head of department (in a company or organization)	vàng (b.9)	gold
		vào (b.7)	to enter
		vẫn (b.4)	still
trường trung học (b.3)	high school	vất vả (b.10)	hard
		vẽ (b.9)	to draw
truyện (b.8)	story, tale	vé (b.3)	ticket
truyện ngắn (b.9)	short story	vì sao (b.5)	why
tủ (b.1)	closet	vị trí (b.7)	position, location
tủ lạnh (b.1)	fridge, refrigerator	viêm họng (b.2)	sore throat
từ điển (b.11)	dictionary	viên (~ thuốc) (b.2)	tablet, pill
tự động (b.3)	automatic	viện bảo tàng (b.4)	museum
tự hào (b.8)	to be proud	vịt (b.1)	duck
tự nhiên (b.11)	natural	vòng qua (b.10)	around
tự tin (b.8)	to be selfconfident	vở (b.6)	notebook
tư vấn (b.12)	to consult, to advise	vợ (b.6)	wife
tuần trăng mật (b.12)	honey moon	vui tính (b.11)	congenial
		vừa ý (b.7)	be satisfied
tức giận (b.8)	angry	vườn (b.6)	garden
tục ngữ (b.11)	proverb	xã hội (b.8)	society, social
túi xách (b.6)	handbag	xám (b.1)	grey
tuy nhiên (b.7)	however	xanh (b.1)	green, blue
tùy theo (b.7)	to depend on	xanh (b.2)	pale
tuyệt (b.4)	great, wonderful	xanh lơ (b.12)	blue
tuyệt đẹp (b.4)	gorgeous	xảy ra (b.10)	to happen
tuyệt vời (b.4)	wonderful	xây (b.6)	to build
tỷ giá hối đoái (b.3)	rate of exchange	xây dựng (b.3)	to build, to construct
uống thuốc (b.2)	to take medicine	xe điện (b.4)	train (electric)

Phụ lục 3: Bảng từ

xe điện ngầm (b.4)	subway	xinh đẹp (b.12)	beautiful, pretty
xe du lịch (b.5)	tour bus	xoài (b.1)	mango
xe hơi/ xe ô tô (b.7)	car	xong (b.3)	to finish, be completed
xe lửa/ tàu hỏa (b.4)	train	xuất nhập khẩu (b.8)	import-export
xe máy (b.5)	motorbike	xưởng phim (b.9)	movie studio
xe tải (b.10)	van, truck	y tá (b.2)	nurse
xem (b.7)	to watch	yên tĩnh (b.12)	quiet
xem lại (b.3)	to reexamine, to review	yêu mến (b.6)	to love, to like
xin phép (b.3)	to ask for permission	yếu (b.2)	weak, feeble